കഥ പെയ്ത രാത്രി

കഥ പെയ്ത രാത്രി

(നോവൽ)

ബിന്ദു പി. മേനോൻ

Clever Fox®
PUBLISHING
Chennai • Bangalore

CLEVER FOX PUBLISHING
Chennai, India

Published by CLEVER FOX PUBLISHING 2025
Copyright © Bindu P. Menon 2025

All Rights Reserved.
ISBN: 978-93-6707-213-4

This book has been published with all reasonable efforts taken to make the material error-free after the consent of the author. No part of this book shall be used, reproduced in any manner whatsoever without written permission from the author, except in the case of brief quotations embodied in critical articles and reviews.

The Author of this book is solely responsible and liable for its content including but not limited to the views, representations, descriptions, statements, information, opinions and references ["Content"]. The Content of this book shall not constitute or be construed or deemed to reflect the opinion or expression of the Publisher or Editor. Neither the Publisher nor Editor endorse or approve the Content of this book or guarantee the reliability, accuracy or completeness of the Content published herein and do not make any representations or warranties of any kind, express or implied, including but not limited to the implied warranties of merchantability, fitness for a particular purpose. The Publisher and Editor shall not be liable whatsoever for any errors, omissions, whether such errors or omissions result from negligence, accident, or any other cause or claims for loss or damages of any kind, including without limitation, indirect or consequential loss or damage arising out of use, inability to use, or about the reliability, accuracy or sufficiency of the information contained in this book.

പാലക്കാട് ജില്ലയിലെ പുലാപ്പറ്റയിൽ മേനകത്ത് ശങ്കരനാരായണന്റേയും, പാറംപറമ്പത്ത് ശാന്തകുമാരിയുടേയും മകളായി ജനനം. പഠനം കഴിഞ്ഞ് ബെംഗളൂരുവിൽ വിവരസാങ്കേതിക മേഖലയിൽ ജോലിയാരംഭിച്ചു. ജോലിയോടൊപ്പം സാഹിത്യരംഗത്തും പ്രവർത്തിച്ചുവരുന്നു. ദൃശ്യമാധ്യമങ്ങൾക്കുവേണ്ടിയുള്ള ഗാനങ്ങൾ, കഥകൾ, ആനുകാലികങ്ങളിലും ഓൺലൈൻ മാധ്യമങ്ങളിലുമുള്ള എഴുത്തുകൾ എന്നിങ്ങനെ ഭാഷയുടെ വിവിധമേഖലകളിൽ പ്രവർത്തിച്ചുവരുന്നു. "കുട്ടിത്തങ്ങൾ" (ബാലസാഹിത്യം), 'സൂര്യനെ തേടുന്നവൾ' (കവിതാസമാഹാരം) "എലനി" (നോവൽ) എന്നിവയാണ് ഇതുവരെ പ്രസിദ്ധീകരിച്ച പുസ്തകങ്ങൾ. എലനി ഇംഗ്ലീഷ് ഭാഷയിലേക്ക് വിവർത്തനം ചെയ്യപ്പെട്ടിട്ടുണ്ട്.

ഭർത്താവ്: അനിൽകുമാർ വാസുദേവൻ

മക്കൾ: വൈഷ്ണവി, വൈശാഖ്

ഓരോ ജീവിതവും ഓരോ കഥയാണ്. കാലത്തിന്റെ അനന്തമായ ചുമരുകളിൽ പ്രപഞ്ചമെഴുതുന്ന കഥകൾ.

കഥ തീർന്നാലും ചിലത് കാലച്ചുമരിൽ ഏറെക്കാലം വായിക്കപ്പെടാം..

എന്നാൽ, ചിലകഥകൾ- അങ്ങിനെയൊരെണ്ണം എഴുതപ്പെട്ടതുപോലും ആരുമറിയാതെ പോകാം.

അങ്ങനെ, അധികമാരുടെയും ശ്രദ്ധയിൽപ്പെടാതെ പോകുന്ന ചില ജീവിതക്കാഴ്ചകൾ മനസ്സിനെ മുറിപ്പെടുത്തിയപ്പോൾ ആ നോവിൽനിന്നും ഉയർന്നുവന്ന ചില ചിന്തകളാണ് ഈ പുസ്തകത്തിനാധാരം.

ബിന്ദു പി. മേനോൻ

സമൂഹത്തിന്റെ പരുക്കൻ യാഥാർഥ്യങ്ങളിൽ നിന്നും അടർത്തിയെടുത്ത ശക്തമായൊരു കഥയാണിത്. സൂക്ഷ്മമായ ജീവിതനിരീക്ഷണം കഥയിലുടനീളം കാണാൻ കഴിയും. ഇതിലെ കഥാപാത്രങ്ങളുടെ ജീവിത സാഹചര്യങ്ങളും അവർ നമുക്കു നൽകുന്ന സന്ദേശങ്ങളും എക്കാലവും പ്രസക്തമാണ്.

അനാഥബാല്യങ്ങളോടുള്ള സമൂഹത്തിന്റെ ഉത്തരവാദിത്വം ഓർമപ്പെടുത്തുകകൂടി ചെയ്യുന്നു ഈ നോവൽ.

— ക്ലെവർ ഫോക്സ് പബ്ലിഷിംഗ്

ജീവിതം ആരെയും എല്ലാകാലവും പരീക്ഷിക്കുകയോ അനാഥമാക്കുകയോ ചെയ്യുന്നില്ല. പലപ്പോഴും, എല്ലാം നഷ്ടപ്പെട്ടതിനു ശേഷമുള്ള ശൂന്യതയിൽ നിന്നാണ് പുതിയ ലോകങ്ങളിലേക്കു നയിക്കുന്ന വാതിലുകൾ തുറക്കപ്പെടുന്നത്.

1

"ഈ വാതിൽപ്പടി കടന്നുകിട്ടാനാണ് ബുദ്ധിമുട്ട്."

"വയസ്സായില്ലേ ടീച്ചറേ... ഇനി ഒറ്റക്ക് ക്ഷേത്രദർശനം ബുദ്ധിമുട്ടാവും. ശിഷ്യന്മാർ ഇഷ്ടംപോലെ ഉണ്ടല്ലോ.. ആരെയെങ്കിലും ഒന്നു കൂടെ കൂട്ടിക്കൂടെ?

"സാരമില്ല.... കാലൊന്നു തെന്നിയതല്ലേയുള്ളൂ... കൈയ്യിലെ പായസപ്പാത്രം താഴെ വീണില്ലല്ലോ....സമാധാനം."

"അങ്ങനെ സമാധാനിച്ചോളൂ.. കൃത്യസമയത്ത് ഞാൻ പിടിച്ചില്ലായിരുന്നെങ്കിൽ ടീച്ചറും പാൽപ്പായസവും ഇപ്പൊ താഴെക്കിടന്നേനെ.."

ഒരു കള്ളച്ചിരിയോടെ നിലത്തുവീണ പൂവും ചന്ദനവും പെറുക്കി കൈയ്യിൽ വച്ചുതന്ന് അയാൾ പോയി.

ആരാണയാൾ? ആവോ... ആരോ ഒരാൾ.

ആഴ്ചയിലൊരിക്കൽ മുടങ്ങാതെ ഗുരുവായൂർ ക്ഷേത്രദർശനം നടത്താൻ തുടങ്ങിയിട്ട് വർഷങ്ങളേറെയായി. മരണംവരെ അതു തുടരണമെങ്കിൽ സാക്ഷാൽ കൃഷ്ണനും ഒപ്പം കബീറും ഭദ്രയും കനിയണം.

കണ്ണാടി ഒന്നുകൂടെ ശരിയാക്കി ആനന്ദമ്മ ദൂരേക്ക് സൂക്ഷിച്ചുനോക്കി. കാറിനടുത്തെത്താൻ ഇനിയും കുറച്ചുകൂടെ നടക്കണം.

എല്ലാം അവസാനിക്കാറായി എന്ന ചിന്ത ഈയിടെ ഇത്തിരി കൂടുതലാണ്. ഹൃദയവാൽവിന് ചെറിയൊരു പ്രശ്നമുണ്ടെന്ന് ഡോക്ടർ പറഞ്ഞതു മുതലാവാം.. അല്ലെങ്കിൽ, ഓർമയുടെ ആൽമരം വല്ലാതെയങ്ങ് ആടിയുലയുന്നതുകൊണ്ടാവാം.

എന്തായാലും, മരണം മണക്കുന്ന ചിന്തകളുടെ ചുടുകാറ്റ് ബാക്കിനിൽക്കുന്ന ഭൂതകാലപ്പച്ചയെക്കൂടെ തല്ലിക്കൊഴിക്കുംമുന്നേ ചിലതെല്ലാം ചെയ്യേണ്ടിയിരിക്കുന്നു.

ശൂന്യമായ മുളംതണ്ടിൽ കാറ്റ് മൂളുന്നതുപോലെ മനസ്സിന്റെ ശൂന്യതയിൽ മരണചിന്തകളുടെ ചുടുകാറ്റ് ശബ്ദതരംഗങ്ങളാകുന്നു.

അതിലൊരു കഥ നിറയുന്നു...

മറവിയുടെ, മരണത്തിന്റെ ഇരുൾ മൂടുംമുന്നെ ആ കഥയെ മനസ്സിൽ നിന്നും മോചിപ്പിക്കാതെവയ്യ.

***

“നേരം കുറെ ആയല്ലോ പോയിട്ട്.. കൃഷ്ണൻ അമ്മയെ അവിടെ പിടിച്ചുവച്ചോ എന്ന് വിചാരിച്ചു.” കുസൃതിക്കണ്ണുകളുമായി കബീർ ഓടിവന്ന് ചുറ്റിപ്പിടിച്ചു; പായസപ്പാത്രം കൈയിലേക്ക് വാങ്ങി.

“പിടിച്ചുവച്ചില്ല.. പക്ഷെ അവിടെ പിടിച്ചിരുത്താനൊരു ശ്രമം നടത്തി. വാതിൽക്കൽ തട്ടിത്തടഞ്ഞ് വീഴേണ്ടതായിരുന്നു. ആരോ വന്ന് കൈപിടിച്ചതുകൊണ്ട് രക്ഷപ്പെട്ടു.”

“കഴിഞ്ഞ ആഴ്ചയും അമ്മ ഇതുതന്നെയാണല്ലോ പറഞ്ഞത്.. ”കബീർ ആനന്ദമ്മയുടെ മുഖത്തേക്ക് സൂക്ഷിച്ചുനോക്കി.

“അല്ലെങ്കിലും, അമ്പലത്തിനുള്ളിൽനിന്നും പുറത്തേക്ക് കടക്കുമ്പോൾ വാതിൽപ്പടിയിൽ വച്ചൊരു പരിഭ്രമിപ്പിക്കൽ കൃഷ്ണന് പണ്ടേ പതിവാണ്. കാലുകൾ മുന്നിലേക്കു നടക്കുമ്പോൾ കണ്ണുകളെ ഭഗവാൻ പിന്നിലേക്കു വലിക്കും. പിന്നെയെങ്ങനെ അടിപതറാതിരിക്കും? അതും ഈ എഴുപതാം വയസ്സിൽ.. മായക്കണ്ണന്റെ ഓരോരോ വികൃതികൾ.. അല്ലാതെന്തുപറയാൻ!” ആനന്ദമ്മ ഭഗവാനോട് പരിഭവം പറയുന്നപോലെ പറഞ്ഞുകൊണ്ടേയിരുന്നു...

"ഭദ്ര കൂടെയുള്ളപ്പോഴും അമ്മക്ക് അമ്പലത്തിൽനിന്നും ഇറങ്ങുമ്പോഴുള്ള ഈ വാതിൽപ്പടിപ്രശ്നം ഉണ്ടാവാറുണ്ടോ?" കബീർ ഗൗരവം നടിച്ച് അമ്മയുടെ മുഖത്തേക്ക് താണുനോക്കി.

"ഇതൊക്കെ എന്റെ പണ്ടുമുതലേ ഉള്ള പ്രശ്നങ്ങളാണ്" ആനന്ദമ്മയും കണ്ണിൽ ചിരിനിറച്ച് ഗൗരവത്തിൽ കബീറിനെ നോക്കി.

"ആഹ്.. ആണല്ലേ.. എന്നാപ്പിന്നെ പറഞ്ഞിട്ടുകാര്യമില്ല!" താഴെവീഴാൻ നിന്ന തുളസിക്കതിരിനെ മുടിയിഴകളിലേക്ക് തിരുകിവച്ചുകൊടുത്ത് കബീർ അമ്മയെ ചേർത്തുപിടിച്ച് നടന്നു..

***

ഇതാണ് കബീർ.. കബീർ ആനന്ദാലയം.

ആനന്ദമ്മക്ക് പിറക്കാതെപോയ മകൻ.

ആനന്ദാലയത്തിലെ ആദ്യത്തെ അന്തേവാസി.

കബീറിൽനിന്നാണ് എല്ലാം തുടങ്ങിയത്.

ആനന്ദമ്മയുടെ തുടക്കവും കബീറിൽനിന്നുതന്നെ...

കബീർ..

കഥകളിലൂടെ വളർന്നവൻ..

കഥകൾക്ക് കാരണമായവൻ..

കഥകളെഴുതിയവൻ!

2

"ഹോ.. എന്തൊരു ശക്തിയായിരുന്നു അയാളുടെ ആ പിടുത്തത്തിന്. എന്റെ കൈ ഇപ്പോഴും വേദനിക്കുന്നു." നടക്കുന്നതിനിടയിൽ ആനന്ദമ്മ കൈതടവി.

"ശരിക്കും അങ്ങനെയൊരാൾ അവിടെ വന്നോ? അതോ അമ്മക്ക് തോന്നിയതാണോ? ഒരു ഹാലൂസിനേഷൻ പോലെ... മായാദൃശ്യം?"

"ആഹ്... നന്നായി! പണ്ട് നിന്നെ ജേർണലിസവും സൈക്കോളജിയുമൊക്കെ പഠിക്കാൻ വിട്ട എന്നെവേണം പറയാൻ. സംശയദൃഷ്ടിയാണ് എപ്പോഴും."

"സംശയദൃഷ്ടിയല്ല.. കാകദൃഷ്ടി!" കബീർ ഉറക്കെച്ചിരിച്ചു.

"ആഹ്! കാക്കയോ പൂച്ചയോ എന്തെങ്കിലുമാവട്ടെ... ഈ പത്രക്കാരനോട് എനിക്ക് ചിലതൊക്കെ പറയാനുണ്ട്."

"അതെന്താണ്?"

"ഒരു കഥയാണ്..."

"കഥയോ"

"അതെ"

"കുട്ടിക്കാലം മുതൽ ഒരായിരം കഥകൾ പറഞ്ഞുതന്ന എന്റെ ടീച്ചർക്ക് എന്നോട് പറയാൻ ഇനിയും കഥകൾ ബാക്കിയോ?"

"ആ കഥകളൊന്നുമല്ല...."

"അതല്ലെങ്കിൽപ്പിന്നെ ഇന്ന് മൂക്കുംകുത്തി വീഴാൻ പോയ കഥയാണോ?" കബീർ കളിയാക്കിച്ചിരിച്ചു.

"അല്ല... ഇതു ഞാൻ വീഴുന്നതിനു മുൻപ് പറഞ്ഞുതീർക്കേണ്ട കഥയാണ്" ആനന്ദമ്മ ഗൗരവത്തോടെ പറഞ്ഞു.

കബീർ പെട്ടെന്ന് നിശബ്ദനായി. അവന്റെ കണ്ണുകളിൽ വിഷാദം പടർന്നു.

അല്പസമയത്തെ നിശബ്ദതക്കുശേഷം ആനന്ദമ്മ തുടർന്നു:

"വയസ്സെഴുപതായി.. ഇനിയും ഈ കഥ പറഞ്ഞില്ലെങ്കിൽ ഒരുപക്ഷെ അതൊരു ഭാരമായി ജന്മങ്ങളിലൂടെ എന്നെ പിൻതുടർന്നേക്കാം... ഈ ഭാരത്തിനുള്ളിലെന്തെന്ന് ഞാൻ മറന്നും പോയേക്കാം..."

ആനന്ദമ്മയുടെ മനസ്സിന്റെ ശൂന്യമായ മുളംതണ്ടിനകത്തേക്ക് വീണ്ടുമൊരു ചുടുകാറ്റ് വീശി. ആ ചൂടേറ്റിട്ടെന്നവണ്ണം അവരെ വട്ടംപിടിച്ചിരുന്ന കബീറിന്റെ കൈകളയഞ്ഞു. ഒരു ദീർഘനിശ്വാസത്തോടെ അവൻ നടത്തം നിർത്തി.

"അമ്മാ... ഇതാരുടെ കഥയാണ്?"

എന്തൊക്കെയോ ചികഞ്ഞെടുക്കാൻ പാടുപെടുന്ന കബീറിന്റെ ശബ്ദത്തിലൊരു പതർച്ച. പാവം! ജന്മം തന്നവരെ തേടാനുള്ളൊരു വെമ്പൽ ഇപ്പോഴും മാറിയിട്ടില്ല.

"നീ മനസ്സിൽ വിചാരിക്കുന്നതെന്താണെന്ന് എനിക്കു മനസ്സിലായി. ആ കഥ എനിക്കുമറിയില്ല.."

കബീർ കണ്ണിറുക്കിച്ചിരിച്ച് നടത്തം തുടർന്നു.. കൈയ്യോടെ പിടിക്കപ്പെട്ടവന്റെ സുന്ദരമായ ജാള്യച്ചിരി!

കാറിനടുത്തെത്തിയപ്പോൾ ഡോർ തുറന്ന് ഒരു കൊച്ചുകുഞ്ഞിനെ ഇരുത്തുന്ന അതേ ശ്രദ്ധയോടെ കബീർ ആനന്ദമ്മയെ സീറ്റിലേക്ക് കൈപിടിച്ചിരുത്തി. ബെൽറ്റ് ഇട്ടു. ബാഗിൽ നിന്നും വെള്ളക്കുപ്പിയെടുത്ത് മൂടി തുറന്ന് കൈയ്യിലേക്കു കൊടുത്തു.

"എന്തായാലും എനിക്ക് പത്രത്തിൽ കൊടുക്കാൻ ഒരു ഫീച്ചറിനുള്ള വകയായി.. അല്ലേ?"

കാർ സ്റ്റാർട്ട് ചെയ്ത് റിയർ വ്യൂ മിററിലൂടെ പുറകിലേക്കു നോക്കുന്ന കബീറിന്റെ മുഖത്ത് കുസൃതി നിറഞ്ഞു.

"അല്ല.. ചില കഥകൾ ഈ ലോകത്തിനാവശ്യമില്ല. ചില മനസ്സുകൾക്കു മാത്രം ഉൾക്കൊള്ളാനാവുന്നതാണത്. ഒരു ചെവിയിൽ നിന്നും മറുചെവിയിലേക്ക് കൈമാറ്റം ചെയ്യപ്പെടേണ്ട കഥകൾ. പറയുംതോറും പലതും കൂട്ടിച്ചേർത്തും പലതും ഒഴിവാക്കിയും കഥ കേൾവിക്കാരിൽനിന്നും കേൾവിക്കാരിലേക്ക് ഒഴുകണം.. സത്യമേത് മിഥ്യയേത് എന്നറിയാത്ത ഒഴുക്ക്.. ഒഴുകിയൊഴുകി ഒടുവിൽ കഥയുടെ പുഴ കടൽ കാണാതെ ഏതോ മരുഭൂവിൽ വരണ്ടപ്രത്യക്ഷമാവണം. അങ്ങനെയൊരു കഥയാവട്ടെ ഇത്. കാലങ്ങളിലൂടെ ഒഴുകി എങ്ങോ അപ്രത്യക്ഷമാകുന്ന കഥ. "

"അമ്മടീച്ചറേ...." കബീർ അവിശ്വസനീയതയോടെ ആ മുഖത്തേക്ക് നോക്കി...

ചില സമയത്ത് കബീറിന്റെ വിളി അങ്ങനെയാണ്... അമ്മയെന്നും ടീച്ചറെന്നും അമ്മടീച്ചറെന്നും ആനന്ദമ്മയെന്നുമൊക്കെ സ്നേഹത്തോടെ മാറിമാറി വിളിക്കും.

"അമ്മ ഇന്ന് വേറൊരു മൂഡിലാണല്ലോ!" കബീർ അതിശയം മറച്ചുവച്ചില്ല.

"നീ വണ്ടിയെടുക്ക്... പോകാം"

കാർ ടൗണിലെ വാഹനങ്ങളുടെ തിരക്കിൽ നിന്നും ഹൈവേയിലേക്ക് കയറുംവരെ കബീർ നിശബ്ദനായിരുന്നു. മനസ്സിലേക്കു പൊടുന്നനെ തിക്കിത്തിരക്കി വന്ന ഓർമകളുടെ വലിയ ട്രാഫിക് ബ്ലോക്കിൽ കബീർ പെട്ടുപോയിക്കാണുമോ?

ആനന്ദാലയത്തിലെ കണക്കുപ്രകാരം ഈ വർഷം കബീറിന് നാൽപ്പതുവയസ്സ് തികയും...

“അമ്മാ....” കബീർ മൗനം മുറിച്ചു.

“ആരോരുമില്ലാതിരുന്ന എന്നെ ഒരു സന്ധ്യാസമയത്ത് അമ്മ ഏതോ ഇടവഴിയിൽ നിന്നും കണ്ടെടുത്ത് ആശുപത്രിയിലേക്കു കൊണ്ടുപോകുന്ന കാഴ്ച എന്റെ ഓർമകളുടെ അറ്റത്തെ മങ്ങിയ വെളിച്ചത്തിൽ ഇപ്പൊഴും കാണാം. അന്ന് ആ ആശുപത്രിക്കിടക്കയിൽ നിന്നും തുടങ്ങിയതാണ് അമ്മയുടെ കഥകളുമായുള്ള എന്റെ ചങ്ങാത്തം. ആ കഥകളിലൂടെ വളർന്നവനാണ് ഞാൻ.”

കബീറിന്റെ ശബ്ദമിടറി....

“രാത്രികളിൽ നീ പേടിച്ചരണ്ട് നിലവിളിക്കുമായിരുന്നു”. ആനന്ദമ്മയും ഓർമകളിലേക്ക് വഴുതിവീണു.

“നിലവിളിക്കൊടുവിൽ ശബ്ദംപോലും നിലച്ച് ഒരു തേങ്ങൽ മാത്രമായി നീയെന്റെ മാറോടമരുന്നത് ഞാനിന്നുമോർക്കുന്നു.. ആ സമയത്തെല്ലാം ഞാൻ പറയുന്ന കഥകൾക്കു മാത്രമേ നിന്നെ ഭയപ്പാടിൽ നിന്നും പുറത്തേക്കു കൊണ്ടുവരാൻ സാധിച്ചിരുന്നുള്ളൂ..”

“അതെ, ഭയപ്പെടുത്തുന്ന ഓർമകളിൽ നിന്നും സുന്ദരമായ ഭാവനാലോകത്തേക്കുള്ള മനസ്സിന്റെ ഒളിച്ചോട്ടമാണത്. ഭാഷയും ഭാവനയും അഭിനയവുമെല്ലാം കൂടിച്ചേരുന്ന ഒരത്ഭുതലോകമാണ് അന്ന് അമ്മയെനിക്ക് കാണിച്ചുതന്നിരുന്നത്!” കുറച്ചുനേരത്തേക്ക് കബീർ തന്റെ കുട്ടിക്കാലത്തേക്ക് ചിറകുവിരിച്ചിറങ്ങി.

“കഥ കേട്ടുറങ്ങുന്ന നിന്റെ മുഖത്തെ നിഷ്കളങ്കമായ പുഞ്ചിരി എനിക്കിപ്പൊഴും മനസ്സിൽ കാണാം.” കബീറിന്റെ മുഖത്തെ ഭാവങ്ങൾ അപ്പാടെ മനസ്സിലേക്കെടുത്തുകൊണ്ട് ആനന്ദമ്മ പറഞ്ഞു.

ഗിയർ ബോക്സിനു മേലെനിന്നും കബീറിന്റെ കൈ ആനന്ദമ്മയുടെ മടിയിലേക്കുനീണ്ടു..

“എന്നാലും അമ്മാ... ഇത്രയും കഥകൾ ഞാൻ കേട്ടിട്ടും ഇനിയും എന്നോടു പറയാൻ അമ്മേടെ കൈയ്യിൽ കഥ ബാക്കിയോ? അതേതു കഥ?”

“അതിത്തിരി നീളവും ഭാരവുമുള്ള കഥയാണ്. അങ്ങനെ പെട്ടെന്ന് പറഞ്ഞുതീർക്കാനൊന്നും വയ്യ. അതിനുള്ള ആരോഗ്യവുമില്ല. ”

“എന്ത്?! ആരോഗ്യമില്ലേ? അത്രക്കും ഭാരമുള്ള കഥയോ? എങ്കിൽപ്പിന്നെ കഥ കൊണ്ടുപോകാൻ രണ്ടു ചുമട്ടുകാരെക്കൂടെ ഞാൻ കൊണ്ടുവരേണ്ടി വരുമല്ലോ..” ഉറക്കെച്ചിരിച്ചുകൊണ്ട് കബീർ കാറിന്റെ വേഗത കുറച്ചുകൂടി കൂട്ടി.

“പണ്ട് അമ്മ കൃഷ്ണന്റെ കുസൃതിക്കഥകൾ പറഞ്ഞുതന്നിരുന്നത് ഓർമയില്ലേ... സ്വന്തമായി സൃഷ്ടിച്ച കുറെ രസകരമായ കഥകൾ! കൃഷ്ണൻ ഗുരുവായൂരമ്പലനടയിൽ ഓടക്കുഴൽ വിറ്റുനടന്നതും രാധക്ക് ഉഴുന്നുവട വാങ്ങിക്കൊടുത്തതുമെല്ലാം..”

കബീർ ഓർമകളിലെ രസക്കൂട്ടുകൾ നുണഞ്ഞ് കാറിന്റെ സ്റ്റിയറിങ്ങിൽ താളം പിടിച്ചു....

“കൃഷ്ണൻ രാധയെ സിനിമ കാണിക്കാൻ കൊണ്ടുപോയതും, ടിക്കറ്റ് എടുക്കാൻ കാശില്ലാതെ സങ്കടപ്പെട്ട കൃഷ്ണനും രാധക്കും തീയറ്ററുടമ ഏറ്റവും മുന്നിൽ നിലത്ത് പേപ്പർ വിരിച്ചിട്ടു കൊടുത്തതുമായ കഥകളൊക്കെ ഞാനെങ്ങനെ മറക്കും?! അന്ന് കൃഷ്ണനും രാധയും കൂടി കണ്ട സിനിമ ഏതാണെന്നുമാത്രം ഓർമയില്ല.”

കബീറിന്റെ ചിരി കാറിനകം മുഴുവൻ മുഴങ്ങി.... ആശാൻ നല്ല മൂഡിലാണ്. സന്തോഷിക്കാൻ അവന് ചെറിയ കാര്യങ്ങൾ മതി.

“എത്ര കഥ കേട്ടാലും വീണ്ടു ‘കത കത’ എന്നും പറഞ്ഞ് ശല്യപ്പെടുത്തുന്ന നിന്നോട് ഞാൻ വേറെന്തു പറയും..?!”

"അതൊക്കെ ശരിതന്നെ... എന്നാലും, ഇതുവരെയും എന്നോട് പറയാത്ത ഏതു കഥയാണ് ഇനി അമ്മയുടെ കൈയ്യിൽ ബാക്കി?" കബീർ അക്ഷമനായി.

"ഒരു രാജസ്ഥാനി സ്ത്രീയുടെ കഥ.."

"രാജസ്ഥാനി സ്ത്രീയോ? അതേത് സ്ത്രീ?"

"നീയെന്റെ ജീവിതത്തിൽ വരുന്നതിനൊക്ക മുൻപ് എന്റെ കൂടെയുണ്ടായിരുന്ന ഒരാൾ."

"എന്നിട്ടിപ്പോൾ അവരെവിടെ? ജീവിച്ചിരിപ്പുണ്ടോ?"

"ജീവിച്ചിരുപ്പില്ല... പക്ഷെ മരിച്ചിട്ടുമില്ല..."

പെട്ടെന്നുരുണ്ടുകൂടിയ നിശബ്ദതയുടെ കാഠിന്യം കൊണ്ടെന്നപോലെ കബീർ കാറിന്റെ ഗിയർ ഡൗൺ ചെയ്ത് വഴിയരികിലെ മരത്തണലിൽ പാർക്ക് ചെയ്തു. ഉണ്ടക്കണ്ണുകൾ തുറിച്ച് ആനന്ദമ്മയുടെ മുഖത്തേക്ക് നോക്കിയിരിക്കുന്ന കബീറിന്റെ മുഖത്ത് കുട്ടിക്കാലത്ത് കഥ കേൾക്കാനിരിക്കുമ്പോഴത്തെ അതേ ആകാംക്ഷ.

"കഥ ഇപ്പോൾ പറയാൻ പറ്റില്ല."

"പിന്നെപ്പോ?"

"ആദ്യം കഥയെ ഞാനൊന്ന് പൊടിതട്ടിയെടുക്കട്ടെ... എങ്ങിനെ തുടങ്ങണം, എവിടെനിന്ന് തുടങ്ങണം എന്നൊക്കെ ആലോചിക്കട്ടെ.. അതിനെനിക്ക് കുറച്ചുദിവസം വേണം. എന്നിട്ടു പറയാം."

"ശരി.... എന്നാൽ ഇപ്പോൾ കഥയുടെ പേരെങ്കിലും പറയൂ..."

"പേരില്ല..."

"പേരില്ലാത്ത കഥയോ?" കബീറിന്റെ ഉണ്ടക്കണ്ണുകൾ വീണ്ടും ഉരുണ്ടുവിടർന്നു.

കാലത്തിന്റെ മഹാപ്രവാഹത്തിൽ ജലത്തിന്റെ രൗദ്രമായ തീക്കയങ്ങളിലേക്കു വീണ് പൊള്ളിയടർന്നൊരു വിത്തിന്റെ ആരോരുമറിയാത്ത യാത്രയുടെ കഥയാണിത്. എന്റെ മനസ്സിന്റെ ആഴങ്ങളിൽ നിന്നും നിന്റെ മനസ്സിലേക്കൊഴുകുന്ന ഓർമകളുടെ പ്രവാഹം. കഥയുടെ അവസാനതുള്ളിയും മനസ്സിൽ നിന്നും ഒഴുകിമറയട്ടെ... ആ ശൂന്യതയിൽ ഒരുപക്ഷെ കഥക്കൊരു പേര് തെളിയാം...

അതുവരെ ഇതൊരു പേരില്ലാക്കഥ!

കണ്ണും കണ്ണും വാചാലമായ നിമിഷങ്ങൾക്കൊടുവിൽ കബീർ പെട്ടെന്ന് പൊട്ടിച്ചിരിച്ചു-

“ഇത് പേരില്ലാക്കഥയല്ല.. വാലും തലയുമില്ലാക്കഥ!”

“വാലും തലയുമൊക്കെ വഴിയേ വരും.. നീ വണ്ടിയെടുക്ക്.”

കബീർ കാർ റിവേഴ്സ് ഗിയറിലിട്ട് റോഡിലേക്കിറക്കി...

“അമ്മക്ക് വിശക്കുന്നുണ്ടോ?”

“ഇല്ല.. സമയം എട്ടായതല്ലേയുള്ളൂ. പോകുന്നവഴി വേണമെങ്കിൽ ഓരോ ചായ കുടിക്കാം. വീട്ടിൽ ഭദ്ര നമുക്കുള്ള ബ്രേക്ഫാസ്റ്റും ഉണ്ടാക്കി കാത്തിരിക്കുന്നുണ്ടാവും.”

“ആഹ്.. അത് ശരിയാ.. അമ്മയെ ഹോട്ടലിലേക്കൊക്കെ വലിച്ചുകയറ്റി കഷ്ടപ്പെടുത്തി എന്നുംപറഞ്ഞ് എന്റെ നേരെയാണു വടിയോങ്ങുക!”

“പാവം കുട്ടി... അവളുടെ കാര്യമാലോചിക്കുമ്പോഴാണ് വിഷമം. നിന്നെപ്പോലെ അവൾക്കും ഒരു കുടുംബം ഉണ്ടായിക്കാണണം എന്ന് ഞാൻ ഒരുപാട് ആഗ്രഹിച്ചു. പക്ഷെ ആനന്ദാലയത്തിലേക്കു വരുന്ന കുട്ടികൾ പറയുന്ന നടുക്കുന്ന കഥകൾ കേട്ട് അവളുടെ മനസ്സ് മരവിച്ചുപോയി. ആനന്ദാലയം വിട്ട് മറ്റെവിടേക്കും പോകാൻ അവൾ

തയ്യാറായില്ല. കല്യാണത്തിനെക്കുറിച്ച് പറയുമ്പോഴെല്ലാം അവൾ ഒഴിഞ്ഞുമാറി.''

ഭദ്രയെക്കുറിച്ചു പറഞ്ഞപ്പോൾ ആനന്ദമ്മയുടെ കണ്ണുകൾ ഈറനണിഞ്ഞു.

ആനന്ദമ്മയുടെ വിഷമം കണ്ടിട്ടാവണം കബീർ പെട്ടെന്ന് വിഷയം മാറ്റി.

"ടീനേജ് സമയത്ത് ഒരുപാട് പൂവാലന്മാർ അവളുടെ പുറകെ ഉണ്ടായിരുന്നു. ഞാൻ അവളുടെ ചേട്ടനാണെന്നും ചേട്ടനൊരു ഭീകരനാണെന്നുമാണ് പറഞ്ഞോണ്ടിരുന്നത്. അവളോട് കളിച്ചാൽ ചേട്ടൻ വന്ന് തട്ടിക്കളയുമെന്നൊക്കെ പലരോടും തട്ടിവിടുന്നത് ഞാൻ കേട്ടിട്ടുണ്ട്. അവരാരും വന്ന് എന്നെ തട്ടിക്കളയാതിരുന്നത് എന്റെ ഭാഗ്യം!'' കബീർ ഉറക്കെച്ചിരിച്ചു.

"അതെനിക്കറിയാം... അവളുടെ മനസ്സിൽ നീയെന്നും സ്നേഹനിധിയായ സഹോദരനാണ്.'' ആനന്ദമ്മയുടെ മുഖത്തൊരു പുഞ്ചിരി വിടർന്നു.

"അമ്മ പേടിക്കാതെ.. ഭദ്രയെ സംരക്ഷിക്കാൻ എന്നും ഞാനുണ്ട്. എന്നെങ്കിലും അവൾ കൂട്ടിനൊരാളെ കണ്ടുപിടിക്കുകയാണെങ്കിൽ ഒരു ചേട്ടന്റെ സ്ഥാനത്ത് എന്തിനും ഏതിനും ഞാനുണ്ടാകും.''

"അതെനിക്കറിയാം... എന്റെ ഏറ്റവും വലിയ ആശ്വാസവും അതുതന്നെയാണ്.''

3

ഞായറാഴ്ചയായതുകൊണ്ട് ഹൈവേയിൽ തിരക്കധികമില്ല.. ഇന്നലെ പെയ്ത മഴയിൽ മണ്ണ് കുതിർന്നു കിടക്കുന്നു. കടലിൽനിന്നുള്ള ഉപ്പുകാറ്റിൽ മണ്ണിന്റെ മനം മയക്കുന്ന മണം.

കബീർ കടൽത്തീരത്തിനരികെയുള്ള റോഡിലേക്കു കാർ തിരിച്ചു.

പനംമ്പട്ടകൊണ്ടു മേഞ്ഞ സുന്ദരമായൊരു കൊച്ചുചായക്കടക്കു മുന്നിൽ വണ്ടി നിർത്തി. കടയുടെ മുന്നിൽ മരത്തടികൊണ്ടുള്ള ബെഞ്ചുകളിൽ ടൂറിസ്റ്റുകാരായ വിദേശികൾ അലസമായി വെയിൽകാഞ്ഞിരിക്കുന്നു. അവർക്ക് സുപ്രഭാതം നേർന്നുകൊണ്ട് കബീർ ആനന്ദമ്മയെ ബെഞ്ചിൽ കൈപിടിച്ചിരുത്തി.

ചായയെടുക്കാൻ കടയിലേക്കു കയറിപ്പോകുന്ന കബീറിനെ ആനന്ദമ്മ ഒരു മന്ദഹാസത്തോടെ നോക്കിയിരുന്നു.

പണ്ടത്തെപോലെയല്ല.. കബീർ ഒരുപാട് മാറിയിരിക്കുന്നു. കുടുംബവും കുട്ടികളുമൊക്കെ ആയപ്പോൾ കബീറിന്റെ ചെറുപ്പത്തിലെ കുട്ടിക്കളിയൊക്കെ മാറി. ഊരുചുറ്റാനുള്ള ആവേശവും കുറഞ്ഞു. ഡൽഹിയിലെ ജോലി ഉപേക്ഷിച്ച് നാട്ടിലെ ഒരു പ്രമുഖ പത്രസ്ഥാപനത്തിൽ ജോലിക്ക് കയറിയതുപോലും സ്വസ്ഥമായും ശാന്തമായും ജീവിക്കാൻ വേണ്ടിയാണ്.

ഇന്ന് എന്തിനും ഏതിനും കബീറും കുടുംബവും കൂടെയുണ്ട്.

“അമ്മ ആനന്ദാലയം വിട്ട് ഡൽഹിയിൽ എന്റെകൂടെ വന്ന് താമസിക്കില്ല എന്നെനിക്കറിയാമായിരുന്നു. തിരിച്ചുവരാനുള്ള കാരണങ്ങളിൽ പ്രധാനം അതുതന്നെയാണ്.”

ചൂടുചായ കൈയിലേക്ക് വച്ചുതന്ന് കബീർ അതുപറഞ്ഞപ്പോൾ സത്യത്തിൽ ആനന്ദമ്മ ഞെട്ടിപ്പോയി-

“ഞാൻ മനസ്സിലോർത്തത് കബീറെങ്ങിനെ കേട്ടു?!”

പറഞ്ഞിട്ടു കാര്യമില്ല.... പരസ്പരമറിയുന്നർ തമ്മിൽ എപ്പോഴും അങ്ങിനെയാണ്. വാക്കുകളുടെ കെട്ടുകാഴ്ചകൾക്കപ്പുറമുള്ള നിശബ്ദസംവാദത്തിന്റെ ഹൃദയഭാഷ.

"ആനന്ദാലയത്തിൽ നിന്നും പടിയിറങ്ങിയാൽ പിന്നെ ഞാൻ ഞാനല്ലാതാവും. ഭഗവാൻ തിരികെ വിളിക്കുന്നതുവരെ അനാഥർക്ക് ആശ്രയമായി, കുട്ടികളുടെ ആനന്ദമ്മയായി എനിക്കവിടെ ജീവിക്കണം."

കബീർ ചായ ഊതിക്കുടിച്ചുകൊണ്ട് കുറച്ചുകൂടി ചേർന്നിരുന്നു.

"എനിക്കറിയാം അമ്മാ.... ആനന്ദാലയം എന്റെ ജന്മവീടാണ്. അനാഥനായിരുന്ന എനിക്ക് ഒരമ്മയുണ്ടായത് അവിടെവച്ചാണ്. ഇനിമുതൽ എന്റെ അമ്മയുടെ കൂടെ എന്നും ഞാനുണ്ടാവുമവിടെ.... തെരുവിന്റെ മക്കളെ ജീവിതത്തിലേക്കു കൈപിടിച്ചുകയറ്റാനുള്ള അമ്മയുടെ എല്ലാ പ്രവർത്തനങ്ങൾക്കും ഞാനുമുണ്ടൊപ്പം. മാത്രമല്ല, ഭദ്രയേയും ആനന്ദാലയത്തിന്റെ അഡ്മിനിസ്ട്രേഷൻ കാര്യങ്ങളിലേക്ക് കൊണ്ടുവരണം. ആനന്ദാലയത്തിന്റെ ഇതുവരെയുള്ള എല്ലാ കാര്യങ്ങളും എന്നെക്കാൾ കൂടുതൽ അറിയുന്നത് ഭദ്രക്കാണ്."

"അതെയതെ.. ഭദ്രയറിയാതെ അവിടെ ഒരു ഇലയനങ്ങില്ല. ഭയങ്കര ഒബ്സർവേഷനാണ് അവൾക്ക്... "

"അതെ.. അമ്മയുടെ ഡിറ്റക്റ്റീവ് ഏജന്റ്!" കബീർ ഭദ്രയെ ഓർത്ത് ഹൃദയംതുറന്നു ചിരിച്ചു.

"അല്ലാ... അപ്പൊ നിന്റെ പത്രമാഫീസിലെ ജോലി?"

"ഇനിയങ്ങോട്ട് ഈ ആനന്ദസുന്ദരിയുടെ കാര്യം കഴിഞ്ഞേയുള്ളൂ പത്രാഫീസ്!"

കബീർ തന്റെ ബലിഷ്ഠമായ കൈകൾക്കുള്ളിലേക്ക് ആനന്ദമ്മയെ ഏറെ ഇഷ്ടത്തോടെ ചേർത്തു പിടിച്ചു.

"ആവു... എന്തൊരു ശക്തിയാണ് നിന്റെ കൈയ്യിന്.. എല്ല് നുറുങ്ങി!" ആനന്ദമ്മ കബീറിനെ വാത്സല്യത്തോടെ നോക്കി. പ്രായമേറുമ്പോഴുള്ള പ്രശ്നമിതാണ്. ഒന്നും താങ്ങാൻ വയ്യ.. സ്നേഹം പോലും. നരച്ചു നീർവറ്റുന്ന ഓർമകൾക്കും താങ്ങാനാവാത്ത ഭാരം.

ചായക്കോപ്പകൾ തിരികെക്കൊടുത്ത് കബീർ ബെഞ്ചിൽനിന്നും ആനന്ദമ്മയെ എഴുന്നേൽപ്പിച്ച് കാറിൽ കയറ്റി. വണ്ടിയിൽ യാത്രചെയ്യാൻ കുഴപ്പമില്ല.. പക്ഷെ കയറാനും ഇറങ്ങാനുമാണ് ബുദ്ധിമുട്ട്.

"മുപ്പത് വർഷം മുൻപ് അമ്മയും ജോണങ്കിളും ആനന്ദാലയം തുടങ്ങാൻ തീരുമാനിച്ചത് എനിക്കും എന്നെത്തേടി വന്ന എന്റെ കൂട്ടുകാർക്കും വേണ്ടി മാത്രമായിരുന്നോ?" കബീറിന്റെ മനസ്സ് വീണ്ടും കുട്ടിക്കാലത്തേക്ക് പറന്നു.

"അങ്ങനെ പറയാൻ പറ്റില്ല.. നീയും നിന്റെ കൂട്ടുകാരും ഒരു നിമിത്തമായിരുന്നു. തോളിൽ വലിയൊരു സഞ്ചിയും തൂക്കി ആക്രി പെറുക്കി നടന്നിരുന്ന നിന്നെ നായ്ക്കൾ ഓടിച്ചിട്ടു കടിക്കുന്നതു കണ്ട് ഓടിവന്നതാണു ഞാൻ. ഏറെ പ്രയാസപ്പെട്ടാണ് അവിടെനിന്നും രക്ഷിച്ചെടുത്തത്. ആരെന്നോ എന്തെന്നോ ഒന്നും നോക്കാതെ നായ്ക്കളുടെ പിടിയിൽനിന്നും നിന്നെ വലിച്ചെടുത്ത് എടുത്തുകൊണ്ടോടി. നായ്ക്കളിൽ നിന്നും രക്ഷപ്പെടാനുള്ള പരിഭ്രാന്തിക്കിടയിൽ ഏതോ ഒരു കാർ മുന്നിൽവന്നുനിന്നു."

"ആരായിരുന്നു അതിൽ?" ആനന്ദമ്മ സ്വയം ചോദിച്ചു. "അറിയില്ല, എന്തായാലും നമ്മളെ അടുത്തുള്ള ഒരു ചെറിയ ആശുപത്രിയിൽ ഇറക്കിവിട്ട് അയാൾ എങ്ങോട്ടോ പോയി. അയാളെ പിന്നീടൊരിക്കലും കണ്ടിട്ടില്ല. പിറ്റേന്ന് അവിടെനിന്നും നിന്നെ സർക്കാർ ആശുപത്രിയിലേക്ക് മാറ്റി."

"ആ സമയത്ത് ജോണങ്കിൾ എവിടെയായിരുന്നു." കാർ ഹൈവേയിലേക്കു കയറ്റി കബീർ സീറ്റിൽ ഒന്നുകൂടി നിവർന്നിരുന്നു.

“നമ്മൾ ആശുപത്രിയിലെത്തിയശേഷം രാത്രിയാണ് ജോൺ വന്നത്. പിറ്റേന്ന് സർക്കാർ ആശുപത്രിയിലേക്കു നിന്നെ കൊണ്ടുപോയതെല്ലാം ജോൺ തന്നെ.. അന്നും തിരക്കുപിടിച്ച രാഷ്ട്രീയപ്രവർത്തകനായിരുന്നു ജോൺ. മരണംവരെയും ആ തിരക്കിന് യാതൊരു കുറവുമില്ലായിരുന്നു.”

“ആശുപത്രിയിൽ കിടന്ന ആ ഒരാഴ്ച എനിക്കൊരിക്കലും മറക്കാനാവില്ല.” കബീർ വീണ്ടും ഓർമകളിലേക്കാണ്ടുപോയി.

“കണ്ണടച്ചാൽ മനസ്സിലേക്ക് നായ്ക്കളോടിവരും. അമ്മയെ വിടാതെ കെട്ടിപ്പിടിച്ചിരുന്ന ദിവസങ്ങൾ. അതുവരെ കണ്ടിട്ടുപോലുമില്ലാത്ത ഒരാൾ ഒരൊറ്റദിവസം കൊണ്ട് എന്റെ അമ്മയായി. എന്റെ എല്ലാമെല്ലാമായി. സുരക്ഷിതത്വമെന്തെന്ന് ഞാനാദ്യമായറിഞ്ഞു.”കബീറിന്റെ സ്വരമിടറി. കണ്ണുകളിൽ നിന്നും പൊടുന്നനെ കണ്ണുനീർത്തുള്ളികൾ അടർന്നു വീണു.

കബീർ എപ്പോഴും അങ്ങനെയാണ്... ബാല്യകാലത്തെ ഓർമകളിലേക്ക് പോയാൽപ്പിന്നെ കണ്ണുകൾ ഈറനണിയാതെ ഒരു തിരിച്ചുവരവില്ല.

“അന്ന്, രണ്ടാഴ്ചക്ക് ശേഷം ആശുപത്രിയിൽ നിന്നും ഡിസ്ചാർജ് ചെയ്ത നിന്നെ എന്തുചെയ്യണമെന്നറിയില്ലായിരുന്നു. തെരുവിലേക്ക് തിരിച്ചയക്കാൻ ഞങ്ങൾ രണ്ടുപേരും ഒരുക്കവുമല്ലായിരുന്നു. പിന്നെ ആരെ ഏൽപ്പിക്കും? ഒടുവിൽ ഞാനും ജോണും കൂടി നിന്നെ അന്ന് കേരളത്തിലുണ്ടായിരുന്നതിൽ വച്ചേറ്റവും നല്ലൊരു അനാഥാലയത്തിൽ കൊണ്ടുചെന്നാക്കി.”

“ആ സമയത്തെല്ലാം നീ ശാന്തനായിരുന്നു. എല്ലാം മനസ്സിലാക്കിയപോലെ നിശബ്ദനായിനിന്നു. നിന്നെ അവിടെ വിട്ടിട്ടുപോരാൻ എനിക്കായിരുന്നു വിഷമം. എങ്ങനെയൊക്കെയോ കരച്ചിലടക്കി ഞാൻ നിന്നോടു യാത്രപറഞ്ഞ് പടിയിറങ്ങി. എന്നാൽ, പെട്ടെന്ന് അവിടെയുള്ളവരെയെല്ലാം ഞെട്ടിച്ചുകൊണ്ട്

നീ പുറകെ ഓടിവന്നു.. ഒരു ഭ്രാന്തനെപ്പോലെ എനിക്കു മുന്നിൽ ആ മുറ്റത്തുകിടന്നുരുണ്ടു. നിന്നെ പിടിച്ചുവലിച്ച് തിരികെകൊണ്ടുപോകാൻ അവിടെയുള്ളവർ ശ്രമിച്ചു. പക്ഷെ നീ എന്നെ അള്ളിപ്പിടിച്ച് അലറിവിളിച്ചു.''

''അതെ.. ദിഗന്തം പൊട്ടുന്ന ആ അലർച്ചയിലാണ് ആനന്ദാലയം പൊട്ടിമുളച്ചത്.''

നിറഞ്ഞൊഴുകുന്ന കണ്ണുനീരിനിടയിലും കബീർ ഉറക്കെച്ചിരിച്ചു.

''ആ സമയത്ത് എന്തായിരുന്നു അമ്മയുടെ മനസ്സിൽ? എന്നെ രക്ഷിക്കേണ്ടിയിരുന്നില്ല എന്നു തോന്നിയോ?''

''ഇല്ലേയില്ല... അന്നത്തെ ഓരോ നിമിഷവും, ഓരോ സംഭവങ്ങളും നമുക്കുവേണ്ടി ഭഗവാൻ പ്രത്യേകം തയ്യാറാക്കിയതാണ് എന്നാണ് ഞാൻ വിചാരിക്കുന്നത്. അതെനിക്കും നിനക്കും വേണ്ടി കാലം കാത്തുവച്ച ദിവസമായിരുന്നു.''

''വീട്ടിലെത്തിയശേഷം, എന്റെ ആക്രിക്കൂട്ടുകാർ എന്നെ കണ്ടുപിടിച്ച് വീടിന് മുന്നിൽ വന്ന് ബഹളംവെക്കാൻ തുടങ്ങിയപ്പോൾ അമ്മക്കും ജോണങ്കിളിനും ദേഷ്യം വന്നുകാണും അല്ലേ?''

''ഏയ്.... ആദ്യമൊന്നും ഞാൻ അത്ര കാര്യമാക്കിയില്ല. നിനക്കെന്നെ ഒരു നിമിഷം പോലും കാണാതിരിക്കാൻ പറ്റില്ലായിരുന്നു. നിന്റെ കുഞ്ഞുമനസ്സ് അത്രമാത്രം തകർന്നുപോയിരുന്നു. എന്നാൽ, നിന്റെ കൂട്ടുകാർ പടിക്കൽ വന്ന് വിളിക്കുമ്പോൾ അവരുടെ അടുത്തേക്കോടിച്ചെന്ന് അവരുടെകൂടെ കളിക്കാൻ നിന്റെ മനസ്സ് വല്ലാതെ വെമ്പുകയും ചെയ്തു. എന്നേയും വിടാൻ വയ്യ, അവരെയും വിടാൻ വയ്യ എന്ന അവസ്ഥ. ഒരു ദിവസം ജോൺ തന്നെയാണ് ആ കുട്ടികളെ നമ്മുടെ വീട്ടിലേക്കു വിളിച്ചുകയറ്റിയത്. അവരുടെകൂടെ കളിക്കുമ്പോഴുള്ള നിന്റെ സന്തോഷം കാണാൻ വേണ്ടി മാത്രം.''

“പക്ഷേ, ആ സമയത്തുതന്നെ കുട്ടികളെ അന്വേഷിച്ച് ആരൊക്കെയോ വീട്ടിലേക്ക് കയറിവന്നു. അവിടെയൊന്നും അതുവരെ കാണാതിരുന്ന കുറേപ്പേർ. അന്നാണ് എത്ര വലിയൊരു ഭിക്ഷാടനക്കുരുക്കിലാണ് നിങ്ങളെല്ലാവരും പെട്ടിരിക്കുന്നത് എന്ന് ഞാനും ജോണും മനസ്സിലാക്കിയത്.

നിങ്ങളാരും തെരുവിൽ ജനിച്ചവരായിരുന്നില്ല.. ഹ്യൂമൻ ട്രാഫിക്കിങ്ങിന്റെ ഭാഗമായി കുട്ടിക്കാലത്തുതന്നെ തെരുവിലേക്കു വലിച്ചിഴക്കപ്പെട്ട് അനാഥരായിപ്പോയവരായിരുന്നു.”

“കാര്യങ്ങൾ ഏകദേശം മനസ്സിലായപ്പോൾ പിന്നീടങ്ങോട്ട് ജോണിന്റെ യുദ്ധമായിരുന്നു. തന്റെ വലിയ രാഷ്ട്രീയ സ്വാധീനം ഉപയോഗിച്ച് യാചകരായ കുട്ടികളുടെ വലിയൊരു സംഘത്തിനെ ജോൺ രക്ഷിച്ചെടുത്തു. ഒരു വലിയ ഭിക്ഷാടന മാഫിയയെത്തന്നെ ജോൺ തകർത്തുകളഞ്ഞു. മയക്കുമരുന്ന് കേരളത്തിലേക്ക് കടത്തുന്ന സംഘങ്ങളും അതിന് വഴിയൊരുക്കിക്കൊടുക്കുന്ന ചില രാഷ്ട്രീയ നേതാക്കളുമെല്ലാം അന്ന് ജോൺ തീർത്ത വലയിൽ വീണു.”

“അന്ന് ജോണങ്കിളിന് അതൊരു വലിയ പൊളിറ്റിക്കൽ മൈലേജ് ആവുകയും ചെയ്തു അല്ലേ? ”

“അതെയതെ.. അന്നത്തെ പഞ്ചായത്ത് ഇലക്ഷനിൽ വൻഭൂരിപക്ഷത്തിന് ജയിക്കാൻ അതും ഒരു കാരണമായി. രക്ഷിച്ചെടുത്ത കുട്ടികളെ മുഴുവൻ സ്വന്തമായൊരു അനാഥാലയം തുടങ്ങി അവിടത്തെ അന്തേവാസികളാക്കിയ ധൈര്യശാലി. ”

“അതിനു ശേഷമുള്ള ജോണങ്കിളിന്റെ ഉയർച്ച കണ്ടുവളർന്നവനാണു ഞാൻ. എതിർപാർട്ടിക്കാർ അങ്കിളിനെ കുത്തിക്കൊലപ്പെടുത്തിയ അന്നു പോലും പകൽ മുഴുവൻ ഞാൻ കൂടെയുണ്ടായിരുന്നു. ”

“അതെ... അന്നു വൈകിട്ട് ആരോ ഒരാൾ ടൗണിൽ കാത്തുനിൽക്കുന്നുണ്ടെന്നും കണ്ടിട്ടുവരാമെന്നും

പറഞ്ഞിറങ്ങിയതാണ്. തിരിച്ചുവന്നത് ചിന്നിച്ചിതറിയ ശരീരഭാഗങ്ങളുടെ ഒരു തുണിക്കെട്ടുമാത്രം. നഷ്ടം നമുക്കു മാത്രമായിരുന്നു. ഒരു രക്തസാക്ഷിയെ കിട്ടിയ സന്തോഷത്തിൽ പാർട്ടി ഇന്നും വർഷാവർഷം അത് കൊണ്ടാടുന്നു."

"അമ്മാ....."

"എന്താ കബീറെ..."

"ഞാൻ പഴയ കാര്യങ്ങൾ ചോദിച്ചും പറഞ്ഞും അമ്മയെ വിഷമിപ്പിച്ചോ?"

"ഇല്ല കബീറെ... എല്ലാം ഇങ്ങനെ മനസ്സിൽ നിന്നും ഒഴുകിപ്പോകട്ടെ."

"പണ്ടത്തെ കാര്യങ്ങൾ കുറെയൊക്കെ മനസ്സിലുണ്ടെങ്കിലും ഇതിനെക്കുറിച്ചൊക്കെ വിശദമായി അമ്മയോട് ചോദിക്കണമെന്ന വിചാരം വന്നതുതന്നെ ഈയിടെയാണ്. ഇരുപത്തിമൂന്നാം വയസ്സിൽ ഡൽഹിയിൽ ജോലികിട്ടി പോകുമ്പോൾ ജീവിതത്തിനെക്കുറിച്ചൊന്നും യാതൊരു ധാരണയുമില്ലായിരുന്നു."

കബീറിന്റെ ശബ്ദം ആർദ്രമായി.

"ആനന്ദമ്മയുടെ വളർത്തുമകൻ എന്നതിനപ്പുറം എനിക്ക് ചിന്തിക്കാനും പറയാനും ഒന്നുമുണ്ടായിരുന്നില്ല. പിന്നീടങ്ങോട്ട് ലോകം കാണാനുള്ള അടങ്ങാത്ത ആഗ്രഹത്തിന്റെ പുറകെയായി. ഇന്ത്യയിലെ ലീഡിങ് പത്രത്തിലെ ഫോട്ടോ ജേർണലിസ്റ്റിന് യാത്രകൾ ചെയ്യാൻ ജോലിതന്നെ ധാരാളമായിരുന്നു. പക്ഷെ കഴിഞ്ഞ കുറച്ചു വർഷങ്ങളായി കുട്ടിക്കാലത്തിനെക്കുറിച്ചുള്ള ഓർമകൾ എന്നെ വിടാതെ പിന്തുടരുന്നു. ഒരുപക്ഷെ എനിക്ക് മക്കളുണ്ടായതിനുശേഷമാകാം അങ്ങനെയൊരു മാറ്റം ആരംഭിച്ചത്."

റോഡിൽ നിന്നും കണ്ണെടുത്ത് ആനന്ദമ്മയുടെ മുഖത്തേക്ക് നോക്കിയ കബീറിന്റെ കണ്ണുകളിൽ വാത്സല്യം നിറയുന്നതു കാണാമായിരുന്നു.

"ആഴ്ചയിലൊരിക്കൽ മാത്രം എന്നെ വിളിച്ച് സുഖവിവരങ്ങൾ അന്വേഷിച്ചിരുന്ന നീ ദിവസവും രണ്ടുനേരം വിളിച്ചു തുടങ്ങിയപ്പോഴേ എനിക്കത് മനസ്സിലായി..."

കബീർ മൂന്നേക്കറിൽ പരന്നുകിടക്കുന്ന ആനന്ദാലയം കോമ്പൗണ്ടിന്റെ സൈഡിലുള്ള ചെറിയ ക്വാർട്ടേഴ്സിന്റെ മുറ്റത്തേക്കു കാർ കയറ്റി. ക്വാർട്ടേഴ്സിന്റെ ചുമരിലെ നെയിം പ്ലേറ്റിൽ ജോൺ കെ. ജോസഫ് എന്ന പേര് തെളിഞ്ഞുകാണാം. ആനന്ദാലയത്തിൽ കാലത്തിന്റെ മാറ്റങ്ങൾക്ക് വിട്ടുകൊടുക്കാതെ ഇപ്പോഴും ഭദ്രമായി സൂക്ഷിക്കുന്ന വിശിഷ്ട വസ്തുക്കളിൽ ഒന്നാണ് ആ നെയിം പ്ലേറ്റ്.

കാർ മുറ്റത്തെത്തിയതും ഭദ്ര ഓടിവന്നു.

"കബീർ നാട്ടിലുള്ളതുകൊണ്ട് ഭദ്രക്ക് എന്നെക്കൊണ്ടുള്ള ബുദ്ധിമുട്ടിത്തിരി കുറഞ്ഞു അല്ലേ?"

"അതെന്താ ആനന്ദമ്മ അങ്ങിനെ പറഞ്ഞത്? ഭദ്രയുടെ വാക്കുകളിൽ പരിഭവം.

"സാധാരണ ഞായറാഴ്ച ദിവസങ്ങളിൽ ഞാൻ രാവിലെ മൂന്നു മണിക്കുതന്നെ നിന്നെ വിളിച്ചെണീപ്പിക്കുകയല്ലേ പതിവ്.... ഗുരുവായൂർക്ക് പോവാൻ... "

"ആഹ്...അപ്പൊ ഇനിയങ്ങോട്ട് ഞായറാഴ്ചകളിൽ അമ്മ എന്നെ ഉറങ്ങാൻ വിടില്ല എന്നങ്ങോട്ട് ഉറപ്പിച്ചു ല്ലേ..?!" കബീറിന്റെ ചിരി പോർട്ടിക്കോയിൽ നിന്നും വീടിനകത്തേക്കു പരന്നു.

"അമ്മ എന്തായാലും ഒരു കഥാകാരി ആവാൻ തീരുമാനിച്ച സ്ഥിതിക്ക് ബുക്കും പേനയുമായി ഞാൻ എപ്പൊഴാ വരേണ്ടത്.. കഥ

കേട്ടെഴുതാൻ?" ഒരു കുസൃതിനോട്ടത്തോടെ കബീർ ഉമ്മറത്തെ മേശപ്പുറത്തുനിന്നും ന്യൂസ്പേപ്പറെടുത്ത് നിവർത്തി.

"നീ ഇങ്ങനെ തമാശയാക്കിയാൽ ഞാനാക്കഥ വേറെയാർക്കെങ്കിലും കൊടുക്കും..."

"ഓഹോ... എന്റെ കോംപറ്റിറ്റർ പത്രത്തിനായിരിക്കും അല്ലേ...?!" കബീർ കണ്ണുകൾ ചിമ്മിത്തുറന്നു.

"അല്ല ഭദ്രക്ക്... അവളെഴുതും. "ആനന്ദമ്മ നാടകീയമായി പറഞ്ഞു.

"ആഹ്.. കൊള്ളാം.. അമ്മ പറയുന്നതൊന്നുമാവില്ല അവളെഴുതുന്നത്. "

"ചുമ്മാ കളിയാക്കല്ലേ... എഴുത്തും വായനയുമൊക്കെ എനിക്കുമറിയാം!" ഭദ്ര ദേഷ്യമഭിനയിച്ച് മുഖം വീർപ്പിച്ചു.

"എന്റെ ഭദ്രക്കുട്ടീ.. നീയെന്റെ ബാല്യകാലസഖി. അതോണ്ടല്ലേ ഇത്ര ധൈര്യത്തിൽ കളിയാക്കാൻ വരുന്നത്!"

"എന്നോടു മിണ്ടണ്ട! വിശക്കുന്നുണ്ടെങ്കിൽ വാ.. ഭക്ഷണം റെഡിയാണ്." കബീറിനെ നന്നായൊന്ന് നുള്ളി ഭദ്ര അകത്തേക്ക് പോയി.

"അതിരിക്കട്ടെ...ബാല്യകാലസഖി വരുന്നോ ഞങ്ങടെ കൂടെ രാജസ്ഥാനിലേക്ക്?" കഴിക്കുന്നതിനിടയിൽ കബീർ ചോദിച്ചു.

"രാജസ്ഥാനിലേക്കോ?" ഭദ്രയുടെ മുഖത്ത് അത്ഭുതം!

"ഞാനും അമ്മയുംകൂടെ രാജസ്ഥാൻ മരുഭൂമിയിലൂടെ ഒരു തോണി തുഴയാൻ പോകുന്നു. "

"ആഹ്.. നന്നായി! മരുഭൂമിയിലൂടെ തോണി തുഴയാൻ ഞാനെന്തായാലുമില്ല!" ഭദ്ര കളിയാക്കി.

"അതൊരു പ്രത്യേകതരം തോണിയാണ്. കഥയുടെ പൂന്തോണി. ഭദ്ര വരുന്നില്ലെങ്കിൽ വേണ്ട..." പാത്രത്തിൽ നിന്ന് ഒരു ദോശ കൂടിയെടുത്ത് പ്ളേറ്റിലേക്കിട്ട് കബീർ ഭദ്രയെ ഒരു മന്ദഹാസത്തോടെ നോക്കി.

ഭക്ഷണം കഴിഞ്ഞ് മൂന്നുപേരുംകൂടി ആനന്ദാലയത്തിലെ ഭരണകാര്യങ്ങളെല്ലാം ഏറെനേരമിരുന്ന് ചർച്ചചെയ്തു. അതിനുശേഷം അമ്മയുടെ നെറുകയിലൊരു മുത്തം നൽകി കബീർ യാത്രപറഞ്ഞു.

4

സായന്തനസൂര്യൻ ഇലപ്പടർപ്പുകളിലൂടെ താഴേക്കൂർന്നിറങ്ങി. വെളിച്ചം ഇടറിവീണ വരാന്തയിലെ ചാരുകസേരയിൽ കാലപ്പഴമയിൽ നിറംമങ്ങിയൊരു കഥയുടെ നൂലിഴകൾ ചേർത്തും പിരിച്ചുമിരിക്കാൻ തുടങ്ങിയിട്ട് നേരമേറെയായി.

കബീറിനുള്ള ചായയുമായി ഭദ്രയും മുന്നിൽ വന്നിരുന്നു.

കഥ പറയാനുണ്ടെന്നൊക്കെ പറഞ്ഞ് കബീറിനെയും ഭദ്രയേയും ആകാംക്ഷാഭരിതരാക്കിയെങ്കിലും പിന്നെയും കുറച്ചുമാസങ്ങൾ കഴിഞ്ഞാണ് ആനന്ദമ്മ കഥപറയാൻ തയ്യാറായത്. കബീറിനെയും ഭദ്രയേയും ആനന്ദാലയത്തിന്റെ മാനേജ്മെന്റ് തലത്തിൽ നിയമപ്രകാരം ഇരുത്തുന്നതിനായുള്ള തിരക്കിലായിരുന്നു ആനന്ദമ്മ. ആനന്ദമ്മയുടെ വർഷങ്ങളായുള്ള ആഗ്രഹവുമായിരുന്നു അത്.

ആ തിരക്കുകളൊക്കെ കഴിഞ്ഞ് ഇന്ന് ഇതാ ഇപ്പോഴാണ് ആനന്ദമ്മ കഥ പറയാനൊരുങ്ങുന്നത്.

“ഞാനീക്കഥ പറഞ്ഞുതുടങ്ങിയാൽ അതെപ്പൊ തീരുമെന്നറിയില്ല. ഒരുപക്ഷെ തീരാതിരിക്കാം.. അതല്ലെങ്കിൽ കഥ തീരുന്നതിനുമുൻപ് ഞാൻതന്നെ തീർന്നുപോകാം. അതുമല്ലെങ്കിൽ, പാതിവഴിയിൽ വച്ച് കഥ മറവിയുടെ മഹാനിദ്രയിലാണ്ടുപോകാം.”

കബീറും ഭദ്രയും ആനന്ദമ്മയുടെ മുഖത്തേക്ക് നിശബ്ദരായി നോക്കിയിരുന്നു.

ആ നിശബ്ദതയിലേക്ക് ആനന്ദമ്മയുടെ വാക്കുകൾ ഒഴുകിയിറങ്ങി.

“പണ്ടുപണ്ട് .... പണ്ടെന്നു പറഞ്ഞാൽ ഒരുപാടു കാലം മുൻപ്, നിലക്കാതെ പെയ്യുന്നൊരു മഴക്കാലത്ത് മടിയിലൊരു സഞ്ചിയും ചേർത്തുപിടിച്ച് ആടിയുലയുന്ന ബസിന്റെ താളത്തിൽ ഒരു തൊട്ടിലിലെന്ന പോലെ അവൾ സുഖമായുറങ്ങി.”

"ആര്?" അല്പനേരത്തെ മൗനത്തിനൊടുവിൽ കബീർ ശാന്തമായി ചോദിച്ചു...

"അവൾ... സ്വന്തമായൊരു പേരുപോലുമില്ലാത്ത ഒരു പെൺകുട്ടി. അവൾക്കന്ന് ഒരു പന്ത്രണ്ടോ പതിമൂന്നോ വയസ്സു കാണുമായിരിക്കും."

കബീർ കസേരയിൽ നിന്നും കുറച്ചു മുന്നോട്ടാഞ്ഞിരുന്നു.

"മുഖത്ത് എന്തോ തട്ടി വേദനിച്ചിട്ടാണ് അവളുണർന്നത്. ബസ് ഏതോ ഒരു സ്റ്റാൻഡിലേക്ക് കയറാനൊരുങ്ങുന്നു. ആളുകൾ പെട്ടികളും സാധനങ്ങളുമെല്ലാമെടുത്ത് സീറ്റുകളിൽ നിന്നും എഴുന്നേൽക്കാൻ തുടങ്ങി. ആ സമയം ഒരു ആൺകുട്ടി രണ്ടുകൈകളിലും ഓടക്കുഴലുകൾ നിറച്ച സഞ്ചികളും തൂക്കി അവൾക്കരികെ നിൽപ്പുണ്ടായിരുന്നു. ഓടക്കുഴൽ വില്പനയായിരിക്കണം അവന്റെ തൊഴിൽ. ആളുകൾ ഇറങ്ങാൻ തുടങ്ങുന്നതിന്റെ തിരക്കിൽ ആ ഓടക്കുഴലുകളിലൊന്ന് അവളുടെ മുഖത്തേക്കു നീണ്ടു. അതിന്റെ കൂർത്ത അഗ്രം കവിളിൽ വന്നിടിക്കുകയും അസഹ്യമായ വേദനയിൽ അവൾ പെട്ടെന്നെഴുന്നേറ്റ് അവനെ ശക്തിയായി തള്ളിമാറ്റുകയും ചെയ്തു.

വേദനിക്കുന്ന കവിളുകൾ തടവിയിരിക്കുന്ന അവൾക്കരികിലേക്ക് അവൻ സാവധാനം വന്നുനിന്നു; പേടിച്ച മുഖത്തോടെ അവൻ പതിയെ അവളുടെ കവിളുകൾ തടവിക്കൊടുത്തു.

"യേ ക്യാ ഹോ രഹാ ഹേ..." പെട്ടെന്ന് പുറകിലെ സീറ്റിൽ നിന്നും ഒരലർച്ച! അവളുടെ ദാദിമയുടെ ചിലമ്പിച്ച സ്വരം ബസിലെ ശബ്ദങ്ങൾക്കു മുകളിലും ഉയർന്നുകേട്ടു.

"ഹു ഈസ് ദിസ് ബോയ്?" അവർ പെട്ടെന്നെഴുന്നേറ്റുവന്ന് അവനെ ദൂരേക്കു തള്ളിമാറ്റി. ഓടക്കുഴലുകളിൽ ചിലത് നിലത്തുവീണെങ്കിലും അവനൊന്നും മിണ്ടാതെ എല്ലാം പെറുക്കിയെടുത്ത് ബസ്സിൽ നിന്നുമിറങ്ങിപ്പോയി. ഓടക്കുഴലുമൂതി അവൻ ദൂരേക്ക് നടന്നുപോകുന്നത് അവൾ കണ്ണിമയ്ക്കാതെ നോക്കിനിന്നു.

ബസ്സിൽ നിന്നും ആളുകൾ ഇറങ്ങിത്തുടങ്ങി. ഡ്രൈവറും വണ്ടി ഓഫ് ചെയ്ത് സീറ്റിൽ നിന്നും ഇറങ്ങിയപ്പോഴാണ് ബസ് അതിന്റെ അവസാന സ്റ്റോപ്പിലാണെന്ന് ദാദിമക്ക് മനസ്സിലായത്. രണ്ടുപേരും അവരുടെ ചെറിയ സഞ്ചികൾ കൈയ്യിലൊതുക്കി ബസിൽ നിന്നിറങ്ങി... ഓടക്കുഴൽനാദം പോയ വഴിയേ പതുക്കെ നടന്നുതുടങ്ങി. എങ്ങോട്ടാണ് പോകുന്നതെന്നോ അതേതാണ് സ്ഥലമെന്നോ അവർക്കറിയില്ലായിരുന്നു. അതറിയേണ്ട ആവശ്യവും അവർക്കില്ലായിരുന്നു.

ചുറ്റും നിറക്കൂട്ടുകൾ ചാലിച്ച വെളിച്ചപ്രവാഹം. റോഡിനിരുവശവും ഭംഗിയും വൃത്തിയുമുള്ള കടകൾ. കുറച്ചുകൂടി നടന്നപ്പോൾ അവരൊരു വലിയ ക്ഷേത്രത്തിന്റെ മുൻവശത്തെത്തി... ആളുകൾ നിറഞ്ഞു നിൽക്കുന്ന ഇടമെങ്കിലും ശാന്തമായ അന്തരീക്ഷം. ദാദിമ കൈകളുയർത്തി ഉറക്കെപ്പറഞ്ഞു... “ദയാ കരോ ഭഗവാൻ.. കൃപാ കരോ..”

ദാദിമയുടെ മട്ടും ഭാവവുമെല്ലാം കണ്ടിട്ടാവണം അടുത്തുനിന്ന ചിലർ അല്പം ദൂരേക്കു മാറിനിന്നു.

“ഇസ് ഈശ്വർ കാ നാം ക്യാ ഹേ?” ദാദിമ ആരോടെന്നില്ലാതെ ചോദിച്ചു.

ആളുകൾ സംശയത്തോടെ അവരെ നോക്കി. അവിടെ നിന്നിരുന്ന സെക്യൂരിറ്റിക്കാരൻ ദാദിമക്കരികിലേക്കു വന്ന് ഗൗരവത്തിലെന്തോ പറഞ്ഞു. എന്താണയാൾ പറഞ്ഞതെന്ന് അവൾക്ക് മനസ്സിലായില്ല. ദാദിമക്കും...

“വാട്ട് ഈസ് ദിസ് ഗോഡ്സ് നെയിം?” ദാദിമ വീണ്ടും ചോദിച്ചു.

“ഇത് ഗുരുവായൂരപ്പൻ”

“സംഝാ നഹി...” ദാദിമാ അയാളുടെ മുഖത്തേക്കു സൂക്ഷിച്ചു നോക്കി..

"ഇസ് ഈശ്വർ കാ നാം ഗുരുവായൂരപ്പൻ ഹേ.."

"ഓഹ്... ഗുരാപ്പാ.." അങ്ങനെയെങ്കിൽ അങ്ങനെ എന്ന മട്ടിൽ ദാദിമ തലകുലുക്കി. എന്തൊക്കെയോ പിറുപിറുത്തുകൊണ്ട് അവളെയും കൂട്ടി എവിടേക്കോ നടന്നു.

ആ ക്ഷേത്രനടയിലായിരുന്നു പിന്നീടുള്ള അവരുടെ ഒരു വർഷക്കാലം മുഴുവൻ. ഒരിടത്തും രണ്ടോ മൂന്നോ മാസത്തിലധികം തങ്ങാത്ത ദാദിമക്ക് ആ ക്ഷേത്രപരിസരം വിട്ടുപോകാനായില്ല. വിട്ടുപോകരുതെന്ന് ആഗ്രഹിച്ചിട്ടല്ല... എത്ര ആഗ്രഹിച്ചിട്ടും നടന്നില്ല എന്നതാണ് സത്യം. അതിന്റെ അസഹിഷ്ണുത അവരുടെ മുഖത്തെ രൗദ്രഭാവത്തെ വീണ്ടും ജ്വലിപ്പിച്ചു.

എന്നാൽ ദാദിമയുടെ കൂടെയുണ്ടായിരുന്ന ആ പെൺകുട്ടിയുടെ ചിന്തകളും അനുഭവങ്ങളും മറ്റൊന്നായിരുന്നു. ജീവിതത്തിലാദ്യമായി നിരന്തരമായ സഞ്ചാരത്തിന്റെ ബഹളങ്ങളിൽനിന്നും സമാധാനത്തിന്റെ ദിനരാത്രങ്ങളിലേക്ക് അവളുടെ ജീവിതം വഴിമാറി. ലക്ഷ്യമില്ലാത്ത യാത്രകൾ മനസ്സിൽ കോറിയിട്ട ഭൂപടത്തിൽ ആ ക്ഷേത്രഭൂമികയെ ശാന്തതയുടെ അത്ഭുതതീരമായി അവൾ അടയാളപ്പെടുത്തി. ആദ്യമായി ഒരിടത്തിലെ മണ്ണുമായി അവളുടെ കാൽപ്പാദങ്ങൾ ചങ്ങാത്തംകൂടി. കാറ്റും, കിളികളുമായി സല്ലപിച്ചു. നാവിലെ രസമുകുളങ്ങൾ ചില സ്വാദുകളെ ഇഷ്ടത്തോടെ രുചിച്ചു. പോകുന്ന വഴികളിലെല്ലാം അമ്പലപ്രാവുകൾ അവളെ ചുറ്റിപ്പറന്നു.

പതിയെപ്പതിയെ അവൾപോലുമറിയാതെ ഒരു കാന്തികശക്തി അവൾക്കു ചുറ്റും വലയങ്ങൾ തീർത്തു.

അന്ന് ആ കൊച്ചുപെൺകുട്ടിക്ക് നിർവചിക്കാനാവാത്തതായിരുന്നു ആ അനുഭവതലങ്ങളെല്ലാം. എങ്കിലും, ഓർമയുടെ ചെപ്പുകുടങ്ങളിൽ അതെല്ലാം ഭദ്രമായി സൂക്ഷിക്കപ്പെട്ടു. കാലം കടന്നുപോകുന്തോറും ആ ഓർമകൾക്ക് ഒരുപാട് നിർവചനങ്ങൾ അവൾ ചാർത്തിക്കൊടുക്കുകയും ചെയ്തു.

ഒരു ക്ഷേത്രത്തിലും അകത്തുകയറി തൊഴാൻ ദാദിമാ അവളെ അനുവദിച്ചിരുന്നില്ല. ചോദിക്കുമ്പോഴൊക്കെ ദാദിമ പറയുന്നൊരു കാരണമുണ്ട്:

"യേ ഹമാരാ ഈശ്വർ നഹി ഹേ..."

ആ ഉത്തരത്തിനു മുന്നിൽ അവളെപ്പോഴും പകച്ചുനിന്നു. അപ്പോൾ നമ്മുടെ ഈശ്വരൻ ആരാണ്?

എവിടെയാണ്?

അത് ദാദിമക്ക് അറിയാമായിരുന്നോ?

ഒരുപക്ഷെ ഇല്ലായിരിക്കാം..

ഒരിക്കലും അവളതൊന്നും ചോദിച്ചില്ല... ദാദിമ പറഞ്ഞതുമില്ല.

അതുവരെ മറ്റൊരു സ്ഥലത്തിനോടും തോന്നാത്തവിധം ആ ക്ഷേത്രപരിസരത്തിനെ അവളിഷ്ടപ്പെട്ടു. ക്ഷേത്രത്തിലേക്ക് ആളുകൾ തിക്കിത്തിരക്കി കയറുന്ന വലിയ വാതിൽക്കലേക്ക് നോക്കി ഏറെനേരം നിശബ്ദയായി നിൽക്കുന്നത് അവളുടെ പതിവായി. ഒഴുകി മറയുന്ന ആളുകൾക്കിടയിലൂടെ ദൂരെ ശ്രീകോവിലിനകത്ത് തെളിഞ്ഞുകാണുന്ന നിലവിളക്കുകളുടെ പ്രകാശബിന്ദുക്കൾ അവളെ മാടിവിളിച്ചു.

"തു ഇധർ ക്യാ ദേഖ് രഹേ ഹോ?" ദാദിമയുടെ ശബ്ദം കെട്ടവൾ ഞെട്ടിത്തിരിഞ്ഞു.

"കുച്ഛ് നഹി ദാദിമ.."

ഇനിമുതൽ ഇവിടെ ഇങ്ങനെ വന്നു നിൽക്കരുതെന്ന് ദേഷ്യത്തോടെ പറഞ്ഞ് ദാദിമ ആളുകൾക്കിടയിലൂടെ അവളെ പിടിച്ചുവലിച്ചു നടന്നു.

ഏതോ ഒരു ശക്തി തന്നെ പുറകോട്ടു വലിക്കുന്നപോലെ അവൾക്കു തോന്നി.

"മുജ്ഹേ ജാനേ ദോ..." ദാദിമയുടെ കൈകളിൽ അവൾ ശക്തിയായി കടിച്ചു. വേദനിച്ച് കൈകൾ കുടഞ്ഞ ദാദിമയിൽ നിന്നും രക്ഷപ്പെട്ട് അവൾ തിരിഞ്ഞോടി.. ആളുകളെ വകഞ്ഞുമാറ്റി എന്തിനെന്നറിയാതെ വീണ്ടുമവൾ ആ ഗോപുരവാതിൽക്കലെത്തി.

തിക്കും തിരക്കുമായിരുന്നെങ്കിലും അതിനിടയിലൂടെ അകത്തെ പ്രകാശവലയങ്ങളിലേക്ക് ഏറെ കഷ്ടപ്പെട്ടവൾ ഏന്തിവലിഞ്ഞുനോക്കി... ആ സമയം ഏതോ കൈകളിൽ അവൾ മേലേക്കുയർന്നു. ആരോ അവളെ എടുത്തുയർത്തി ദൂരെ ഭഗവാന്റെ വിഗ്രഹം കാണിച്ചു.. ആരായിരുന്നു അത്? ആരോ ഒരാൾ. ആ നിമിഷം താനേ കൂമ്പിയ അവളുടെ കണ്ണുകളിൽ നിന്നും കണ്ണുനീർ ധാരധാരയായി ഒഴുകി.

"യെ ലഡ്ക്കി കൊ ക്യാ ഹോഗയാ.." ആളുകൾക്കിടയിലൂടെ ദാദിമയുടെ ബലിഷ്ഠങ്ങളായ കൈകൾ വീണ്ടുമവളിൽ വന്നുവീണു. ആ കൈച്ചൂട് അന്നവൾ വേണ്ടുവോളമറിയുകയും ചെയ്തു.

രാത്രിയേറെയിരുട്ടി; സങ്കടക്കടലിന്റെ തിരമാലകൾ അല്പമൊന്നടങ്ങിയപ്പോൾ ദൂരെയെങ്ങോനിന്നും ഒരോടക്കുഴൽ നാദം അവളെത്തേടിവന്നു. ആ നേർത്ത ശബ്ദവീചികളുടെ സാന്ത്വനത്തിൽ അവൾ ഉറക്കത്തിന്റെ വിസ്മയങ്ങളിലേക്കു കൺതുറന്നു.

"ശരിക്കും അവരാരായിരുന്നു ആനന്ദമ്മാ?" നിശബ്ദത ചൂഴ്ന്നുനിന്ന ആ നിമിഷങ്ങളിലെ മൗനം മുറിച്ച് ഭദ്ര ചോദിച്ചു.

ദൂരെ തെങ്ങോലത്തലപ്പുകളുടെ ചാഞ്ചാട്ടങ്ങളിലേക്ക് നിശബ്ദം നോക്കിയിരുന്നതല്ലാതെ അതിനൊരു മറുപടി ആനന്ദമ്മയിൽനിന്നും പുറത്തേക്കു വന്നില്ല.

കബീർ കൂർപ്പിച്ച ചുണ്ടുകളിലേക്ക് ചൂണ്ടുവിരൽ ചേർത്ത് ഭദ്രയെ നോക്കി.

കഥയൊഴുകുന്തോറും സംശയങ്ങൾ കൂടുകയാണല്ലോ... ഭദ്ര ചോദിച്ചപോലെ ശരിക്കും ആരായിരുന്നു അവർ?

ആനന്ദമ്മയുടെ കണ്ണുകൾ പാതിയടഞ്ഞു.

ഈ മണ്ണിൽ എന്നെ ഞാനാക്കി നിർത്തുന്ന ഓർമകളുടെ ചരടുകളിൽ പലതും ദ്രവിച്ച് പൊട്ടാറായിരിക്കുന്നു. ഉത്തരങ്ങൾ മറവിയിലേക്കു മടങ്ങുമ്പോൾ ചോദ്യങ്ങൾ ഭീമാകാരം പൂണ്ട് ആർത്തട്ടഹസിക്കുന്നു.

ഹൃദയതാളങ്ങൾ മുറുകുന്നു...

5

"അവൾക്കൊരു പേരുപോലുമില്ലായിരുന്നു...."

അതുകേട്ട് കബീറിനുള്ളിലെ പത്രക്കാരന്റെ കണ്ണുകൾക്ക് മൂർച്ഛയേറി. ഭദ്രയുടെ മുഖത്തെ അക്ഷമ അനുനിമിഷം കൂടിവന്നു. എങ്കിലും ഒരക്ഷരം മിണ്ടാതെ അവർ കാത്തിരുന്നു. ഓർമകളിൽ നിന്നും പതിയെ അടർന്നുവീഴുന്ന ആനന്ദമ്മയുടെ വാക്കുകൾക്കായി...

"അച്ഛനും അമ്മയും ആരെന്നറിയാത്ത അവൾക്ക് ഈ ലോകത്തിലുണ്ടായിരുന്നത് അവൾ ദാദിമാ എന്ന് വിളിച്ചിരുന്ന ആ സ്ത്രീ മാത്രമായിരുന്നു. പേരറിയാത്ത ഏതൊക്കെയോ നാടുകളിലൂടെ അവൾ ദാദിമക്കൊപ്പം അലഞ്ഞുനടന്നു. "

"അമ്മാ.. അവർ നാടോടികളായിരുന്നോ അതോ ഭിക്ഷാടകരോ?"

അത്രയെങ്കിലും ചോദിക്കാതെ കബീറിന് നിവൃത്തിയില്ലെന്നു തോന്നി.

"അവർ ഭിക്ഷാടകരായിരുന്നു. എന്നാൽ ഏതെങ്കിലും ഭിക്ഷാടക സംഘത്തിന്റെ ഭാഗവുമായിരുന്നില്ല."

"ആനന്ദമ്മാ.. എന്തേ അവൾക്കൊരു പേരില്ലാതിരുന്നത്?" ഭദ്ര കസേരയിൽ ഒന്നുകൂടി നിവർന്നിരുന്നു.

അതെ, എന്തേ അവൾക്കൊരു പേരില്ലാതിരുന്നത്? മനസ്സിന്റെ ആഴങ്ങളിലേക്ക് ഊളിയിടാനെന്നവണ്ണം ആനന്ദമ്മയുടെ കണ്ണുകളടഞ്ഞു. വാക്കുകളുടെ മൃദുലമായ നൂലിഴകളിൽ കോർത്ത് ഓർമയുടെ തിളങ്ങുന്ന തുണ്ടുകളെ അവർ സാവധാനം പുറത്തേക്ക് വലിച്ചു.

സ്നേഹത്തോടെയിരിക്കുമ്പോൾ ദാദിമ അവളെ 'ബേട്ടി..' എന്നുവിളിച്ചു. ദേഷ്യത്തോടെയിരിക്കുമ്പോൾ മറ്റെന്തൊക്കെയോ പേരുകളും. അതല്ലാതെ അവൾക്ക് സ്വന്തമായി ഒരു പേര് ആരും നൽകിയില്ല.

ദേഷ്യമായിരുന്നു ദാദിമയുടെ സ്ഥായീഭാവം. ജീവിതത്തിൽ അവരനുഭവിച്ച എണ്ണിയാലൊടുങ്ങാത്ത കഷ്ടപ്പാടുകളുടെ ബാക്കിപത്രമെന്നോണം ആ മുഖത്ത് വരകളും ചുളിവുകളും വരണ്ട നദികൾ പോലെ ആഴത്തിൽ തെളിഞ്ഞുകിടന്നു. ഭൂതകാലത്തിന്റെ കയങ്ങളിലാണ്ടപോലെ കുഴിഞ്ഞുപോയ ആ കണ്ണുകളിലെ കടുംചുവപ്പ് ഭയപ്പെടുത്തുന്നതായിരുന്നു. വെളുപ്പും കറുപ്പും കലർന്ന പാറിപ്പറക്കുന്ന നീളമില്ലാത്ത മുടിയിഴകൾ ദാദിമയുടെ മുഖത്തിനു ചുറ്റും വന്യമായൊരു വലയം തീർത്തു.

ഇംഗ്ലീഷ് അടക്കം ദാദിമക്ക് നിരവധി ഭാഷകൾ അറിയാമായിരുന്നു. പണ്ട് പലഭാഷക്കാരുടെ വീടുകളിൽ ജോലിക്കു നിന്ന സമയത്ത് പഠിച്ചതാണത്രെ.. പക്ഷേ, പലപ്പോഴും ആളുകളോട് സംസാരിക്കുന്ന രീതികളും കാര്യങ്ങൾ മനസ്സിലാക്കാനുള്ള ബുദ്ധികൂർമതയും കാണുമ്പോൾ അവരെന്തിന് ഈ യാചകവൃത്തി തിരഞ്ഞെടുത്തു എന്ന് തോന്നിപ്പോകും. കാലിനു കാറ്റുപിടിച്ച ഒരുന്മാദിനിയെപ്പോലെ ലക്ഷ്യമില്ലാതെ അലഞ്ഞുതിരിയാനായിരുന്നു അവർക്കിഷ്ടം.

എന്തിൽ നിന്നൊക്കെയോ ഇറങ്ങിയോടുന്ന പോലെ... ഓടിയൊളിക്കുന്ന പോലെ.

സാധാരണ യാചകരുടെ പതിവുരീതികളല്ലായിരുന്നു ദാദിമക്ക്. അവരുടെ ഹൃദയം വളരെ ചെറിയൊരു ശതമാനം മാത്രമേ പ്രവർത്തിക്കുന്നുള്ളൂ എന്നൊരു ഡോക്ടർ സർട്ടിഫിക്കറ്റ് വച്ചായിരുന്നു ആളുകളിൽ നിന്നും ഭിക്ഷ യാചിച്ചിരുന്നത്. അതോടൊപ്പം, കൂടെയുള്ള കൊച്ചുപെൺകുട്ടിക്ക് താനല്ലാതെ വേറെയാരുമില്ലെന്ന അത്യന്തം നാടകീയമായ വിവരണവും.

ശരിക്കും പറഞ്ഞാൽ, ഹൃദ്രോഗമല്ല ഹൃദയശൂന്യതയായിരുന്നു അവരുടെ യഥാർഥ രോഗം... ഭ്രാന്തെന്ന് പറയാവുന്നത്ര തീഷ്ണവും വികലവുമായ വിചാരങ്ങളുടെ ഒരാൾരൂപം.

ദേവാലയങ്ങളിൽ നിന്നും ദേവാലയങ്ങളിലേക്ക് ദാദിമാ അവളെയും കൊണ്ട് സഞ്ചരിച്ചു. ആരാധനാലയങ്ങളുടെ പരിസരങ്ങളിൽ ഭിക്ഷയെടുത്തും, അവിടെ നിന്നും കിട്ടുന്ന പ്രസാദവും ഭക്ഷണവും കഴിച്ചും അവർ അവരുടേതായ സഞ്ചാരലോകത്ത് സുഖദുഃഖങ്ങളറിയാതെ ജീവിച്ചു. മനുഷ്യരുടേതായ ഒന്നും ആ പെൺകുട്ടിയെ ഭ്രമിപ്പിച്ചിരുന്നില്ല. വലിയ വീടുകളോ, ആഡംബര വാഹനങ്ങളോ, നിറപ്പകിട്ടാർന്ന വസ്ത്രങ്ങളോ ഒന്നുംതന്നെ അവളെയോ അവളുടെ ദാദിമയെയോ മോഹിപ്പിക്കുകയോ നിരാശപ്പെടുത്തുകയോ ചെയ്തില്ല. അവർ രണ്ട് മനുഷ്യരാണെന്ന് പോലും തിരിച്ചറിഞ്ഞിരുന്നില്ല.

പാറിപ്പറക്കുന്ന കിളികളോ, അലഞ്ഞുതിരിയുന്ന തെരുവുനായ്ക്കളോ, മനുഷ്യരാൽ വെറുക്കപ്പെട്ട ഭ്രാന്തരോ പോലെയൊക്കെ ആരോ ആണ് തങ്ങളുമെന്ന് വിശ്വസിച്ചിരുന്ന ജീവിതം.

പലയിടങ്ങളിലും മനുഷ്യർ അവളോട് മോശമായി പെരുമാറുകയും ഉപദ്രവിക്കുകയുമൊക്കെ ചെയ്തു. അതൊന്നും അവൾക്കൊരു പ്രശ്നമായിരുന്നില്ല. അതെല്ലാം വലിയ തെറ്റുകളും അനീതികളുമാണെന്ന് തിരിച്ചറിയുമ്പോൾ മാത്രമല്ലേ പ്രശ്നങ്ങളാകുന്നത്.. മനുഷ്യരുടേതായ അത്തരം ചിന്തകളും നിയമങ്ങളും അവളെങ്ങനെയറിയാൻ! കാറ്റിൽ നിന്നോ, മഴയിൽ നിന്നോ, തെരുവുനായ്ക്കളിൽ നിന്നോ രക്ഷപ്പെടുന്ന ലാഘവം മാത്രമേ അവൾക്കതിനോടുമുണ്ടായിരുന്നുള്ളൂ..

രാത്രി ഇരുട്ടിന്റെ മറവിൽ കൂടാരത്തിനുള്ളിൽ നിന്നും അവളുടെ നാണയപ്പെട്ടി മോഷ്ടിക്കാനെത്തുന്ന മനുഷ്യക്കോലങ്ങളുടെ മറ്റുചില ചേഷ്ടകൾ... അത്രമാത്രം. അതൊക്കെ തനിക്കുനേരെയുള്ള മനുഷ്യത്വരഹിതമായ ഹീനവൃത്തികളാണെന്നു പോലും തിരിച്ചറിയാത്ത ബാല്യം.

വലിയ കാറുകളിൽ വന്നിറങ്ങി, കരഞ്ഞുവിളിച്ച് പ്രാർത്ഥിച്ച്, ക്ഷേത്രങ്ങളുടെ മുന്നിൽ നിരന്നിരിക്കുന്ന ഭിക്ഷാടകരുടെ പാത്രങ്ങളിൽ ചില്ലറപൈസയുമിട്ട് ദുഃഖഭാരത്തോടെ തിരിച്ചുപോകുന്ന ഭക്തരെ അവൾ സാകൂതം നോക്കിയിരിക്കും. ഭിക്ഷക്കാരുടെ ഓട്ടപ്പാത്രത്തിൽ നാണയങ്ങളിടുന്ന ശബ്ദം കേട്ടെങ്കിലും ഈശ്വരൻ കണ്ണുതുറക്കുമെന്ന പ്രതീക്ഷയിലാവാം അവർ അവൾക്കുമുന്നിലേക്ക് നാണയങ്ങൾ വാരിവിതറി.

ദേശാടന പക്ഷികളെപ്പോലെ അവൾ പാറിനടന്നു. അതിരുകളില്ലാത്ത, ബന്ധങ്ങളും ബന്ധനങ്ങളുമില്ലാത്ത ലോകം. ഒരിടത്തും വേരുറപ്പിക്കാതെയുള്ള നിരന്തര സഞ്ചാരം. ബസ്സുകളിൽ കയറി കൈയ്യിലുള്ള ചില്ലറയിൽ കുറച്ചെടുത്ത് ദാദിമ കണ്ടക്ടർക്ക് കൊടുക്കും. അത്രയും പൈസകൊണ്ട് ഏതുവരെ പോകാമോ അവിടെയിറങ്ങും. പലപ്പോഴും ദാദിമയുടെ മട്ടും പടുതിയും കണ്ട് ബസ്സുകാർ വണ്ടിയിൽ കയറാൻ പോലും സമ്മതിക്കില്ല. അവസാനം ദാദിമയുടെ അട്ടഹാസവും അലറിവിളിയും സഹിക്കവയ്യാതെ അവർ ബസിൽ കയറ്റി ഏതെങ്കിലും സ്റ്റോപ്പിൽ ഇറക്കിവിടും. എവിടെ ഇറങ്ങിയാലും അവിടെ ചുറ്റിക്കറങ്ങി ഭിക്ഷാടനം ചെയ്യാൻ സൗകര്യമുള്ള ഏതെങ്കിലും ക്ഷേത്രമോ, പള്ളിയോ കണ്ടുപിടിക്കും. കുറച്ചു ദിവസങ്ങൾ അവിടെ തങ്ങും.

ഈ സഞ്ചാരങ്ങൾക്കിടയിലൊന്നും അവളോടാരും പേര് ചോദിച്ചില്ല.. അവൾക്കാരും ഒരു പേരിട്ടതുമില്ല. അവളെ ദാദിമക്ക് എവിടെനിന്ന് കിട്ടി എന്നുമറിയില്ല.

ഒരുപക്ഷെ, വല്ല കാട്ടുമൂലയിലും ആരാലുമറിയാതെ കിടന്ന കുപ്പത്തൊട്ടിയിൽ നിന്നാകാം..

അല്ലെങ്കിൽ, മറ്റേതെങ്കിലും യാചകരിൽ നിന്നാകാം...

അതുമല്ലെങ്കിൽ, ഉറങ്ങിക്കിടന്ന ഏതെങ്കിലും അമ്മയുടെ ചുരന്ന മാറിൽ നിന്നും ദാദിമയവളെ പറിച്ചെടുത്തതുമാകാം.

6

ഭദ്രയുടെ കണ്ണുകൾ പെട്ടെന്ന് ഈറനണിഞ്ഞു.

"ആനന്ദമ്മാ.. ആനന്ദമ്മക്ക് ആ പെൺകുട്ടിയെ എങ്ങിനെയറിയാം? ഗുരുവായൂരിൽ വച്ച് പരിചയപ്പെട്ടതാണോ?"

"സത്യത്തിൽ അവളെഞാനറിയാൻ തുടങ്ങിയത് എന്നുമുതൽക്കെന്ന് എനിക്കുതന്നെ അറിയില്ല." ആനന്ദമ്മയുടെ വാക്കുകളിൽ തികഞ്ഞ നിർവികാരത.

"ഒരു വർഷത്തോളം അവർ ഗുരുവായൂരിൽ ഉണ്ടായിരുന്നു എന്നല്ലേ പറഞ്ഞത്? അപ്പോൾ എവിടെയായിരുന്നു അവരുടെ താമസം?" ഭദ്രക്ക് വാക്കുകളിടറി.

"മേലെയാകാശവും താഴെ ഭൂമിയുമായി ജീവിക്കുന്ന അവർക്കെന്തിനാണ് താമസിക്കാനൊരിടം? നിഴലിന്റെ ഒരു ചെറിയ തണലും വിരിച്ചുകിടക്കാൻ ഒരു പത്രക്കടലാസും കിട്ടിയാൽ അവർക്കുറങ്ങാനുള്ള ഇടമായി."

ഭദ്രയുടെ മനസ്സിൽ ദൃശ്യങ്ങൾ മാറിമറിയുന്നത് ആ മുഖത്ത് വ്യക്തമായിരുന്നു.

"ദാദിമക്കൊപ്പം ഗുരുവായൂരിലെത്തിയ ആ പേരില്ലാക്കുട്ടി പിന്നീടങ്ങോട്ട് അവനെ സ്ഥിരമായി കണ്ടുതുടങ്ങി." ആനന്ദമ്മ വീണ്ടും കഥയിലേക്ക് തിരിച്ചുവന്നു.

"അവനെന്നു പറയുമ്പോ...?" ഉത്തരത്തിനായുള്ള ആകാംക്ഷയിൽ ഭദ്ര കുറച്ചുകൂടി മുന്നോട്ടാഞ്ഞിരുന്നു.

"ആ വലിയ ക്ഷേത്രനഗരിയിലെത്തിയ ദിവസം ബസിൽ വച്ചു കണ്ട ഓടക്കുഴൽ വിൽപ്പനക്കാരനെ."

ഭദ്ര ഒരു നിശ്വാസത്തോടെ നിവർന്നിരുന്നു.

അവന്റെ ശ്രുതിമധുരമായ പുല്ലാങ്കുഴൽ നാദം അവളെ സദാ പിന്തുടർന്നു. പ്രഭാതത്തിന്റെ വിശുദ്ധിയിലും പകലിന്റെ തിരക്കുകൾക്കിടയിലും രാത്രിയുടെ ശാന്തമായ നിശ്ചലതയിലുമെല്ലാം ആ ഓടക്കുഴൽനാദം അവൾക്ക് കൂട്ടായി.

രണ്ടു വ്യത്യസ്ത ധ്രുവങ്ങളിൽനിന്നുമുള്ള ജീവികൾ പരസ്പരം ആകർഷിക്കപ്പെട്ടതു പോലെയായിരുന്നു അവരുടെ ബന്ധം. അവന്റെ ഭാഷയോ ജീവിതരീതികളോ ഒന്നും അവൾക്കു മനസ്സിലായില്ല. അവളെ അവനും മനസ്സിലായില്ല. എങ്കിലും, ഏതോ മനോഹരമായൊരു ഹൃദയഭാഷ അവരെ പരസ്പരം കൂട്ടിയിണക്കി. അവൻ പലതും ക്ഷമയോടെ അവൾക്കു പറഞ്ഞുകൊടുത്തു. അവളതെല്ലാം ശ്രദ്ധയോടെ കേട്ടുപഠിച്ചു.

തമിഴും മലയാളവും ഇംഗ്ലീഷും കൂട്ടിക്കലർത്തി സ്വയം സൃഷ്ടിച്ചെടുത്ത ഒരു ഭാഷയായിരുന്നു അവന്റേത്. മാത്രമല്ല, അവന് സ്വന്തമായി ഒരു പേരുമുണ്ടായിരുന്നു, 'മുരുകൻ'.

"മുരുകൻ"

ആനന്ദമ്മ ആ പേര് പറഞ്ഞുനിർത്തിയപ്പോൾ ഭദ്രയും ആ പേര് അറിയാതെ ഉറക്കെപ്പറഞ്ഞു. ഭദ്ര മുരുകനെ ഹൃദയത്തിലേക്കു ചേർത്തുവച്ചു.

"മുരുകൻ വളർന്നത് ഒരു അഗതിമന്ദിരത്തിലാണ്. പക്ഷേ, പിന്നീട് ആ അഗതിമന്ദിരത്തിന്റെ അവസ്ഥ അന്തേവാസികൾക്ക് ഭക്ഷണം നൽകാൻപോലും നിവൃത്തിയില്ലാത്ത വിധം ദുരിതപൂർണമായപ്പോൾ മുരുകൻ അവിടെനിന്നുമിറങ്ങി. അന്നുമുതൽ അവൻ ആ ക്ഷേത്രനടയിലാണ്." ആനന്ദമ്മയുടെ കണ്ണുകളിൽ വാത്സല്യം തുളുമ്പി.

"ഗുരുവായൂരമ്പലനടയിലെ കുഴലൂതും മുരുകൻ!" കബീർ സ്നേഹത്തോടെ പറഞ്ഞു.

"അതെ, കുറച്ചു കാലമായി മുരുകൻ ആ ക്ഷേത്രപരിസരത്തു തന്നെയാണ് ജീവിച്ചു പോന്നിരുന്നത്. പലതരം ചെറുകിടവില്പനകൾ നടത്തി പൈസയുണ്ടാക്കാൻ മിടുക്കനായിരുന്നു അവൻ. അതുകൊണ്ട് ആ സ്ഥലവും ആളുകളും അവരുടെ രീതികളുമെല്ലാമായി അവൻ നല്ലപോലെ പൊരുത്തപ്പെട്ടിരുന്നു. മാത്രമല്ല, നിറയെ ക്ഷേത്രങ്ങളുള്ള ആ നഗരത്തിൽ ഭിക്ഷക്കാർക്ക് ഭക്ഷണം കിട്ടുന്ന ഓരോ ഇടവും അതിന്റെ സമയവുമെല്ലാം മുരുകന് സുപരിചിതമായിരുന്നു. അതുകൊണ്ടാവണം ദാദിമക്കും അവനോടൊരിഷ്ടം തോന്നി." ആനന്ദമ്മ പറഞ്ഞുനിർത്തി.

"ആഹ്.. പറയാൻ വിട്ടുപോയി. ഇതിനിടയിൽ പ്രധാനപ്പെട്ട മറ്റൊരു കാര്യം കൂടി നടന്നു. "ഓർമകളിൽനിന്ന് പെട്ടെന്നെന്തോ തപ്പിയെടുത്തപോലെ ആനന്ദമ്മ ഒന്ന് നിവർന്നിരുന്നു.

"അതെന്തു കാര്യം അമ്മാ.. കഥയിലെ ട്വിസ്റ്റ് ആണോ?" ഏറെ നേരത്തിനുശേഷം ആനന്ദമ്മയുടെ മുഖത്തൊരു പുഞ്ചിരി കണ്ടതിന്റെ ആശ്വാസത്തിലാവണം കബീർ ചിരിച്ചുകൊണ്ടാണതു ചോദിച്ചത്.

"ട്വിസ്റ്റൊന്നുമല്ല! നമ്മുടെ പേരില്ലാക്കുട്ടിക്ക് മുരുകനൊരു പേരിട്ടു.. സുന്ദരമായൊരു പേര്; 'രാധ'. ആ ക്ഷേത്രത്തിലെ ദൈവത്തിന്റെ ഏറ്റവും പ്രിയപ്പെട്ട കൂട്ടുകാരിയുടെ പേരാണ് രാധ എന്നവൻ പറഞ്ഞു."

"രാധേ.." എന്നവൻ സ്നേഹത്തോടെ വിളിച്ചപ്പോൾ ജീവിതത്തിലാദ്യമായി അവളുടെ കവിളുകൾ തുടുത്തു. ഇത് രാധയെന്നു പറഞ്ഞ് അവൻ അവന്റെ കൂട്ടുകാർക്കെല്ലാം അവളെ പരിചയപ്പെടുത്തിക്കൊടുത്തു...

അപ്പോളവൾക്ക് ചിറകുകൾ മുളച്ചു. ഭൂമിയുടെ അടിത്തട്ടിൽ നിന്നും അവൾ ആകാശത്തേക്കുയർന്നു.. മേഘങ്ങളെ തൊട്ടു!

"മുരുകന്റെ പ്രിയസഖി രാധ!" ഭദ്രയുടെ വാക്കുകളിൽ വാത്സല്യം തുളുമ്പി.

മുഷിഞ്ഞ് അറപ്പുതോന്നിക്കുന്ന വസ്ത്രങ്ങളും വൃത്തിഹീനമായ ശരീരവും, ജടപിടിച്ച മുടിയുമെല്ലാമായിരുന്നു നമ്മുടെ രാധയുടെ സ്വയരക്ഷയും, തൊഴിലിനുള്ള തയ്യാറെടുപ്പും. എല്ലാം ദാദിമയിൽ നിന്നും കണ്ടുമനസ്സിലാക്കിയ അതിജീവനപാഠങ്ങളാണ്. എന്നാൽ, മുരുകന്റെ അതിജീവനരീതികൾ വ്യത്യസ്തമായിരുന്നു. അവൻ അതിരാവിലെ എഴുന്നേറ്റ് ഒരു ബക്കറ്റ് വെള്ളം തലയിൽ കോരിയൊഴിക്കും. ബാഗിൽ നിന്നും കണ്ണാടിയെടുത്ത് മുടി ഒരു പ്രത്യേകരീതിയിൽ ചീകിവക്കും. എന്നും ഒരേപോലെ മുടി ഒതുക്കുന്നതെങ്ങനെ എന്നവൾ അതിശയിച്ചു. അതിനുശേഷം ഒരു ഡബ്ബയിൽ നിന്നും വെളുത്ത നിറത്തിലൊരു പൊടി കൈവെള്ളയിലെടുത്ത് മുഖത്ത് തേച്ചുപിടിപ്പിക്കും. അതിനെ അവൻ പൗഡർ എന്ന് വിളിച്ചു. പിന്നീട് മറ്റൊരു ഡബ്ബയിൽ നിന്നും മഞ്ഞനിറത്തിലൊരു പൊടിയെടുത്ത് കുറച്ചു വെള്ളത്തിൽ കലക്കി നെറ്റിയിൽ തേയ്ക്കും. അതിനെ അവൻ ചന്ദനം എന്ന് വിളിച്ചു. പിന്നീടൊരു കടലാസുപൊതിയിലെ ചുവന്ന പൊടിയിൽ വിരൽ മുക്കി നെറ്റിയിലെ ചന്ദനത്തിനു നടുവിൽ തൊടും. ആ ചുവപ്പിനെ അവൻ വിളിച്ച പേര് കുങ്കുമം

എല്ലാമവൾ ഓർത്തുവെച്ചു. ഓർമയുടെ ചെപ്പുകുടങ്ങളെ ചന്ദനവും കുങ്കുമവും ചാർത്തി അരുമയോടെ അലങ്കരിച്ചു.

"രാധാ... ഉനക്ക് ഒരു പൊട്ട് തൊട്ടു കൊടുക്കട്ടാ?" ഒരു ദിവസം കാലത്തുതന്നെ അവളെ അന്വേഷിച്ചുവന്ന മുരുകൻ ചോദിച്ചു.

ഉറക്കം വിട്ടുമാറാതെ മടി പിടിച്ചിരുന്നിരുന്ന അവളുടെ നെറ്റിയിൽ അവൻ ചന്ദനം ചാർത്തി. പെട്ടെന്നവൾക്ക് തലക്കുള്ളിലേക്കൊരു തണുപ്പ് അരിച്ചുകയറുന്നപോലെ തോന്നി. മുരുകൻ അവന്റെ സഞ്ചിയിൽ നിന്നും ഒരു ചെറിയ കണ്ണാടിയെടുത്ത് അവളുടെ മുഖത്തിനു നേരെ പിടിച്ചു.

"ബഹുത്ത് പസന്ത് ആയി..." നെറ്റിയിൽ നീളത്തിൽ ചന്ദനം ചാർത്തിയ തന്റെ മുഖം കണ്ട് അവൾ തന്റെ മഞ്ഞച്ച പല്ലുകൾ കാണിച്ച് വെളുക്കെച്ചിരിച്ചു.

സന്തോഷം സഹിക്കവയ്യാതെ തൊട്ടടുത്ത് കിടന്നുറങ്ങുന്ന ദാദിമയെ വിളിച്ചുണർത്തി അവളത് കാണിച്ചുകൊടുക്കുകയും ചെയ്തു.

"ക്യാ..പാഗൽ ഹേ തു...? ഏ സബ് ലഗാ തോ ലോഗ് പേസാ നഹി ദേഗാ.." ദേഷ്യം വന്ന് വിറച്ച ദാദിമാ പെട്ടെന്ന് ചാടിയെഴുന്നേറ്റ് അവളുടെ നെറ്റിയിൽ നിന്നുമത് ശക്തിയായി തുടച്ചുകളഞ്ഞു. എന്നിട്ടവന്റെ സഞ്ചിയിൽ നിന്നൊരോടക്കുഴൽ വലിച്ചൂരി എന്തൊക്കെയോ പുലമ്പിക്കൊണ്ട് അവനെ അടിക്കുകയും കുത്തുകയുമൊക്കെ ചെയ്തു. പാവം മുരുകൻ.... അവനൊന്നും മിണ്ടാതെ സഞ്ചിയുമെടുത്ത് ദൂരേക്ക് നടന്നു.

മനുഷ്യർ ചെയ്യുന്നതൊന്നും മനുഷ്യരല്ലാത്ത നമ്മൾ ചെയ്തുകൂടെന്ന് ദാദിമാ വീണ്ടുംവീണ്ടുമവളെ പഠിപ്പിച്ചു. രാധയുടെ കണ്ണുകൾ നിറഞ്ഞൊഴുകി.

കേട്ടിരുന്ന ഭദ്രയുടെ കണ്ണുകളും നിറഞ്ഞു...

ദിവസങ്ങളും മാസങ്ങളും കടന്നുപോയി. രാധക്ക് തന്റെ ചുറ്റുമുള്ള കാന്തികവലയത്തിന്റെ ശക്തി കൂടിക്കൂടി വരുന്നതായി തോന്നി. അമ്പലപ്രാവുകൾ അവളെത്തേടി പറന്നടുത്തു. ക്ഷേത്രമതിൽക്കെട്ടിനുചുറ്റും പ്രദക്ഷിണം വയ്ക്കുമ്പോൾ അദൃശ്യമായൊരു ശക്തി അവളെ പിന്തുടർന്നു. അതുവരെ അനുഭവിച്ചിട്ടില്ലാത്ത ഒരാനന്ദം അവളെ ചൂഴ്ന്നുനിന്നു.

ചില ദിവസങ്ങളിൽ ക്ഷേത്രപരിസരത്തുനിന്നും മാറി ദൂരെ എവിടേക്കെങ്കിലും ദാദിമാ ഭിക്ഷാടനത്തിനു കൊണ്ടുപോകുമ്പോൾ തിരികെയെത്താൻ രാധയുടെ മനസ്സു പിടഞ്ഞു.

അവൾ കാത്തിരിപ്പിന്റെ നോവറിഞ്ഞു.

പകൽച്ചൂടിലെ ഭിക്ഷാടനം കഴിഞ്ഞ് ക്ഷേത്രമതിൽക്കെട്ടിൽ തലചായ്ച്ച് വിയർപ്പാറ്റുമ്പോൾ ആത്മനിർവൃതി എന്തെന്നറിഞ്ഞു.

ആനന്ദക്കണ്ണീരിന്റെ സുഖമറിഞ്ഞു...

"കൃഷ്ണാ..." ഭദ്ര കൈകൾ കൂപ്പി. അവളുടെ കണ്ണുകൾ അറിയാതെയടഞ്ഞു.

ആനന്ദമ്മയിൽനിന്നും വാക്കുകൾ തട്ടിയും തടഞ്ഞും പുറത്തേക്കൊഴുകി... ചിലപ്പോഴൊക്കെയത് നിശബ്ദതയിലാണ്ടുപോവുകയും ചെയ്തു.

ദേശാടനക്കിളികളുടെ സഞ്ചാരപരിജ്ഞാനത്തിനപ്പുറം മറ്റൊന്നുമില്ലാതിരുന്ന രാധയുടെ മനസ്സിൽ അതുവരെ തുറക്കപ്പെടാതിരുന്ന വാതിലുകൾ മലർക്കെ തുറന്നു. തുറന്ന വാതിലുകൾക്കകത്തേക്ക് വെളിച്ചം തിരയടിച്ചു... ചിന്തകളുടെ ഉറവകൾ പൊട്ടിത്തുറന്നു.

കൈയ്യിലെ അലൂമിനിയം ടിന്നിൽ വീഴുന്ന നാണയത്തുട്ടുകളുടെ ഭാരത്തിൽമാത്രം ജീവിതത്തിന്റെ ഗതിവിഗതികൾ നിശ്ചയിക്കപ്പെടേണ്ടവളല്ല താനെന്ന ഉൾവിളി ഏതൊക്കെ വഴികളിലൂടെയാണ് അവളിലേക്ക് കയറിക്കൂടിയത്?

മീശ മുളക്കുന്ന പ്രായത്തിലുള്ള മുരുകന്റെ അനുഭവകഥകളിലൂടെയോ?

അമ്പലത്തിനടുത്തുള്ള വലിയ സ്റ്റേജിൽ ആളുകൾ മണിക്കൂറുകളോളം നടത്തുന്ന പ്രഭാഷണങ്ങളിലൂടെയോ?

ഗ്രന്ഥപാരായണങ്ങൾ കേട്ടതിലൂടെയോ?

അതൊന്നും മനസ്സിലാക്കാനായില്ലെങ്കിലും അതിൽനിന്നും ചിതറിയ കണികകൾ അവളുടെ മനസ്സിലെ അജ്ഞതയുടെ പുറംതോടിലെ സൂചിപ്പഴുതുകളിലൂടെ അകത്തേക്ക് അരിച്ചിറങ്ങിയിരുന്നോ?

ആരു കൊളുത്തിയതാവാം അവളിലെ തിരിച്ചറിവുകളുടെ തിരിവെട്ടം? കാതുകളിലൂടെ മനസ്സിന്റെ ബോധാബോധതലങ്ങളിലേക്കു വീശിയ അറിവിന്റെ ഈറൻകാറ്റിൽ കാലം കാത്തുവച്ച വിത്തുകൾ പൊട്ടിയടർന്നതാവാം.

ഇതൊന്നുമല്ലെങ്കിലും, ഗുരുവായൂരപ്പനിൽ നിന്നുമൊഴുകിവരുന്ന ജ്ഞാനത്തിന്റെ അമൃതഗംഗാപ്രവാഹത്തിന് രാധയുടെ നിഷ്കളങ്കമായ മനസ്സിനെ ഇത്തിരിയെങ്കിലും തൊട്ടുതലോടാതെ കടന്നുപോകാനാവില്ലല്ലോ...

നിമിഷങ്ങൾ നിശബ്ദതയിലലിഞ്ഞു. ഏറെനേരം കഴിഞ്ഞിട്ടുണ്ടാവണം......

“ആനന്ദമ്മാ...”

“അമ്മാ...”

കബീറും ഭദ്രയും തൊട്ടടുത്തു നിന്ന് വിളിക്കുന്നത് കേട്ടാണ് ആനന്ദമ്മ കണ്ണുതുറന്നത്.

“ഞാനൊന്നു മയങ്ങിപ്പോയീ... അതോ ഞാനെന്നെത്തന്നെ മറന്നുപോയോ?”

ഭദ്ര ഓടിപ്പോയി ഒരു ഗ്ലാസ് വെള്ളവുമായി വന്നു.

“അമ്മ കുറച്ചുനേരം വിശ്രമിക്കൂ...” കബീർ പറഞ്ഞു.

“സന്ധ്യയായി. ഇനി പ്രാർത്ഥന കഴിഞ്ഞിട്ടാവാം ബാക്കി....” ഭദ്ര വിളക്ക് കൊളുത്താൻ അകത്തേക്കു പോയി.

“അമ്മ മിണ്ടാതായപ്പോ ഒന്നു പേടിച്ചു ട്ടോ...” കബീർ സാവധാനം കൈപിടിച്ചെഴുന്നേൽപ്പിച്ചു.

“എന്തു ചെയ്യാൻ? ഈയിടെയായി ചിലപ്പോഴൊക്കെ അങ്ങിനെയാണ്; വാക്കുകൾ നാവിൽ നിന്നും പുറത്തേക്കല്ല... അകത്തേക്കാണൊഴുകുന്നത്. പ്രായാധിക്യം.. അല്ലാണ്ടെന്താ.... ”

ഓർമകളിൽ കുടുങ്ങിപ്പോയ ആനന്ദമ്മയുടെ മനസ്സിനെ തിരികെവിളിക്കാനെന്നോണം കബീർ പറഞ്ഞു:

“ആഹ്.. പ്രായത്തിന്റെ കഥയൊക്കെ ഞാനറിഞ്ഞു! തിക്കിത്തിരക്കി കൃഷ്ണന്റെ നടയിലെത്തിയാൽപ്പിന്നെ എന്റെ അമ്മയെ ആന പിടിച്ചാലും ഇളക്കാൻ പറ്റില്ല എന്നാണ് ശ്രുതി. അപ്പൊ ഒരു പ്രായാധിക്യവുമില്ല!” കബീർ ഉറക്കെച്ചിരിച്ചു.

“ഇതൊക്കെ നിന്നോട് ആരാ പറഞ്ഞത്?”

“അതിപ്പോ നാട്ടിൽ പാട്ടല്ലേ..”, കബീർ സ്നേഹത്തോടെ ആനന്ദമ്മയെ ചേർത്തുപിടിച്ച് നെറുകയിൽ ചുംബിച്ചു.

7

"ഞാൻ ആദ്യമേ പറഞ്ഞല്ലോ....." ആനന്ദമ്മ സാവധാനം പറഞ്ഞുതുടങ്ങി.

സാധാരണ ഗതിയിൽ ദാദിമയ്ക്ക് ഒരിടത്തും രണ്ടോ മൂന്നോ മാസത്തിൽ കൂടുതൽ തങ്ങുന്ന സ്വഭാവമില്ല. ഒന്നിനോടും ഇണങ്ങിച്ചേരാനോ, ഇഴപിരിയാനോ ഇടം കൊടുക്കാത്തവിധം തൊട്ടും തൊടാതെയുമുള്ള നിരന്തരയാത്രകളാണ് ദാദിമയുടെ രീതി.

പക്ഷേ, ഗുരുവായൂരെത്തിയപ്പോൾ മാത്രം അവർക്കതിനായില്ല. മറ്റൊരിടത്തേക്കു പോകാൻ തയ്യാറെടുക്കുമ്പോഴൊക്കെ പലവിധം തടസ്സങ്ങൾ ദാദിമയുടെ യാത്ര മുടക്കി-

ഒരിക്കൽ പോകാനായി ബസിൽ കയറിയതും കാൽതെന്നി താഴെ വീണു.

മറ്റൊരിക്കൽ പോകാനായി ഇറങ്ങിയത് കടുത്ത മഴയുള്ളൊരു ദിവസമായിരുന്നു. പലയിടത്തും വെള്ളപ്പൊക്കമാണെന്ന വാർത്ത കേട്ട് ആ യാത്രയും മുടങ്ങി.

ഇങ്ങനെ ഓരോ തവണയും യാത്ര മുടങ്ങി തിരിച്ച് ക്ഷേത്രമുറ്റത്തുതന്നെയെത്തുമ്പോൾ രാധ വീണ്ടുംവീണ്ടും ജീവിതത്തിലേക്കു തിരിച്ചു വരുകയായിരുന്നു. കൂടെ വരുന്നില്ലെന്ന് പറഞ്ഞ് ദാദിമയെ ധിക്കരിക്കാനുള്ള ശക്തിയും ധൈര്യവും അവൾക്കില്ലല്ലോ....

എന്നാൽ, ഏതോ ഒരജ്ഞാതശക്തി അവൾക്കു വേണ്ടി സാഹചര്യങ്ങൾ മാറ്റിമറിച്ചു... അവളെ സംരക്ഷിച്ചു.

"നല്ല മനസ്സുകളെ ദൈവം കാക്കും... അവർ പോലുമറിയാതെ... അല്ലേ ആനന്ദമ്മാ.."

"അങ്ങനെ പറയാമോ എന്ന് എനിക്കിപ്പോഴുമറിയില്ല ഭദ്രേ... നമുക്കജ്ഞാതമായതോ ഇന്ദ്രിയാതീതമായതോ ആയ ശക്തികളെ ദൈവമെന്ന് വിളിക്കാം.. എന്നാൽ, എന്തൊക്കെ ശക്തിവിശേഷങ്ങൾ ഉണ്ടായാലും, ഇനി അങ്ങനെയൊന്ന് ഇല്ലെങ്കിലും ഇരുളും വെളിച്ചവും ആത്യന്തികമായ മരണവും ഈ ഭൂമിയിൽ പിറന്ന ഓരോ ജീവാത്മാവിനും അനിവാര്യമാണ്.."

എന്തൊക്കെയോ സംവാദങ്ങൾ മനസ്സിൽ നടക്കുന്ന പോലെ ഭദ്രയുടെ കണ്ണുകൾ ചുമരിലെ ഏതോ ബിന്ദുവിലുടക്കി.

ആനന്ദമ്മ കഥ തുടർന്നു..

ദാദിമയുടെ അസഹിഷ്ണുത കൂടിക്കൂടി വന്നു. കാറ്റുപിടിച്ച അവരുടെ കാലുകളും മനസ്സും ദൂരങ്ങൾ താണ്ടാൻ വെമ്പി. എന്നാൽ സംഭവിച്ചത് മറ്റൊന്നായിരുന്നു. അവരുടെ ഭ്രാന്തമായ സഞ്ചാരതൃഷ്ണക്ക് വിലങ്ങിട്ടുകൊണ്ട് കടുത്ത പനി അവരെ പിടികൂടി. അങ്ങനെ അസുഖം വന്നുകിടക്കുന്ന ദാദിമ രാധയുടെ ഓർമയിലെങ്ങുംതന്നെ ഇല്ലായിരുന്നു. ഒത്ത ഉയരവും ബലിഷ്ഠമായ ശരീരവും സാധാരണയിലും കൂടുതൽ നീളമുള്ള കൈകാലുകളുമായിരുന്നു അവരുടേത്. പൗരുഷത്തിന്റെ സ്ത്രീരൂപം എന്നു തോന്നിപ്പിക്കും വിധമുള്ള ദേഹപ്രകൃതി. എന്നാൽ അക്കുറി കടുത്ത ജ്വരം അവരെ അപ്പാടെ വീഴ്ത്തിക്കളഞ്ഞു.

നഗരത്തിലെ ഒരു ഒഴിഞ്ഞകോണിൽ പാതി പൊളിച്ചുമാറ്റിയൊരു കടയുടെ മുറ്റത്തായിരുന്നു അവരുടെ താമസം. അവിടെ അലഞ്ഞുതിരിഞ്ഞിരുന്ന മറ്റു ഭിക്ഷാടകരും ചാക്കുതുണികളും പത്രക്കടലാസുകളും വിരിച്ച് അവരവർക്ക് ഉറങ്ങാനുള്ള ഇടം കൈയ്യേറിയിരുന്നു. എന്നാൽ, ദാദിമക്ക് അസുഖം കടുത്ത് പിച്ചും പേയും പറഞ്ഞുതുടങ്ങിയതോടെ പകർച്ചപ്പനിയെന്നു പറഞ്ഞ് അവരെല്ലാം പേടിച്ചു സ്ഥലംവിട്ടു.

എന്തുചെയ്യണമെന്നറിയാതെ ഭയന്നുവിറച്ച രാധക്ക് മുരുകൻ മാത്രം കൂട്ടിരുന്നു. ദാദിമയെ ആശുപത്രിയിലേക്കു കൊണ്ടുപോകാമെന്ന് മുരുകൻ പറഞ്ഞിട്ടും അവരത് കൂട്ടാക്കിയില്ല. പക്ഷേ, രണ്ടു ദിവസംകൂടി കഴിഞ്ഞപ്പോഴേക്കും അവർ അബോധാവസ്ഥയിലായി. മുരുകൻ സർക്കാർ ആശുപത്രിയിൽ വിവരമറിയിച്ചു. അവിടെനിന്നും ആളുകൾ വന്ന് ദാദിമയെ ആശുപത്രിയിലേക്ക് കൊണ്ടുപോയി.

ദാദിമയെ കൊണ്ടുപോയ ആശുപത്രി വണ്ടി കണ്ണിൽനിന്നു മറഞ്ഞിട്ടും രാധ ഒരു ശിലപോലെ അവിടെത്തന്നെ നിന്നു. അവളുടെ കണ്ണുകളിൽ ഇരുട്ടുകയറി. സ്നേഹത്തിന്റെ ഒരിറ്റുപോലും ദാദിമയിൽ നിന്ന് ഒരിക്കലും അവൾക്കു കിട്ടിയിരുന്നില്ലെങ്കിലും ദാദിമയായിരുന്നു അവളുടെ ലോകം. ദാദിമയുടെ നിഴൽ മാത്രമായിരുന്നു ഒരേയൊരു അഭയം. ഇപ്പോഴവൾക്ക് അതും നഷ്ടപ്പെട്ടിരിക്കുന്നു. കത്തുന്ന വെയിലിൽ എങ്ങോട്ട് പോകണമെന്നോ, എന്തുചെയ്യണമെന്നോ അറിയാതെ രാധ തരിച്ചുനിന്നു. അവൾ മുരുകന്റെ ആർദ്രത നിറഞ്ഞ കണ്ണുകളിലേക്ക് നിസ്സഹായയായി നോക്കി.

“രാധാ.... ഇനി നീ ഇങ്കെ ഇരിക്കണ്ടാ... ദാദിമയും കൂടെ ഇല്ലാ... ”

“അബ് മേ ക്യാ കരോഗേ..” രാധയുടെ കണ്ണുകളിൽ നീർത്തുള്ളികൾ ഉരുണ്ടുകൂടി.

“ഭയപ്പെടാതെ രാധാ... വേറെ ഒരു ഇടം ഉണ്ട്... അവിടെ പോകലാം.” മുരുകൻ അവളുടെ ജടകെട്ടിയ മുടിയിഴകളിൽ മെല്ലെത്തലോടി. അവൾ അവനിലേക്ക് ചേർന്നുനിന്നു.

“സബ് ഠീക്ക് ഹോഗാ നാ?” അവളുടെ നിറഞ്ഞ കണ്ണുകളിൽ ഭയത്തിന്റെ നിഴൽ നിറഞ്ഞു.

“എല്ലാം ശരിയായിടും.. ഭയപ്പെടാതെ രാധാ...”

അന്നുതന്നെ രാധയെ മുരുകൻ കുറച്ചുകൂടി സുരക്ഷിതമെന്ന് തോന്നിയ ഒരിടത്തേക്ക് മാറ്റി. ഭിക്ഷക്കാർക്കിടയിൽ ആണെങ്കിലും സ്ത്രീകളും കുട്ടികളുമുള്ള ഒരു സംഘത്തിനടുത്തേക്ക്.

പിന്നീടങ്ങോട്ട് മാറ്റങ്ങളുടെ വസന്തകാലമായിരുന്നു..

കാലങ്ങളായി മണ്ണിനടിയിൽ പുതഞ്ഞുകിടന്നൊരു വിത്ത് സ്നേഹത്തിന്റെ പുതുമഴക്കൈകളാൽ ഉയർത്തപ്പെടുകയായിരുന്നു. മണ്ണടരുകൾ മെല്ലെ നീക്കി ഒരു പുതുനാമ്പ് വെളിച്ചത്തിലേക്ക് കൺതുറക്കുന്നതു പോലെ രാധ ജീവിതത്തിന്റെ മറ്റൊരു ഭൂപ്രദേശം കണ്ടു.... കൺകുളുർക്കെ കണ്ടാനന്ദിച്ചു.. ഒരു പൂമ്പാറ്റക്കുഞ്ഞെന്ന പോലെ അവൾ ചിറകുവീശിപ്പറന്നു.

സ്നേഹമുള്ള, ഉത്തരവാദിത്വബോധമുള്ള കൂട്ടുകാരനായി മുരുകൻ അവളുടെ കാര്യങ്ങളെല്ലാം ശ്രദ്ധിച്ചു. മീശമുളക്കുന്ന പ്രായമായിരുന്നു മുരുകനെന്നു പറയുമ്പോ അവന് അന്നെത്ര പ്രായം കാണും? ഏറിയാൽ ഒരു പതിനാലോ പതിനഞ്ചോ വയസ്സ്. അവന്റെ നിഷ്കളങ്കമായ ചിരിയിലുണ്ടായിരുന്നു അവന്റെ ഹൃദയവിശാലത മുഴുവൻ.

മുരുകൻ പരിചയത്തിലുള്ള ആരുടെയൊക്കെയോ വീടുകളിൽ നിന്നും കുറച്ചു പഴയ ഉടുപ്പുകളും പാവാടകളുമെല്ലാം സംഘടിപ്പിച്ച് രാധക്കു കൊടുത്തു. അതൊക്കെയിട്ട് രാധ കുളിച്ചൊരുങ്ങി.

പൊട്ടുകുത്തി...

മുടിയിൽ ആദ്യമായി പൂചൂടി.

അവൻ അവളുടെ നഖങ്ങൾ വൃത്തിയായി വെട്ടിക്കൊടുത്തു.

വളകളും മാലകളും വാങ്ങിക്കൊടുത്തു.

അവളുടെ ജട പിടിച്ച മുടിയെ ഒന്ന് സാധാരണ രീതിയിലാക്കാൻ മാത്രമാണ് അവൻ ഒരുപാട് പണിപ്പെട്ടത്.

മുരുകൻ രാധയെ ആ നഗരം മുഴുവൻ കൊണ്ടുനടന്നു. ആദ്യമായി അവൾ ഒരു ഭിക്ഷക്കാരിയുടെ ദൈന്യഭാവത്തോടെയല്ലാതെ ഈ ലോകമെന്തേതും കൂടിയാണെന്ന ആത്മവിശ്വാസത്തിൽ തലയുയർത്തി നടന്നു.

മുരുകൻ ഒരു സൈക്കിൾ വാടകക്കെടുത്ത് അവളെ പിൻസീറ്റിലിരുത്തി നഗരത്തിനു പുറത്തുള്ള സ്ഥലങ്ങൾ കാണിച്ചു. ആദ്യമായി അവൾ ഒരു സിനിമാ തീയേറ്ററിൽ പോയി സിനിമ കണ്ടു. മറ്റേതോ ലോകത്തിലേക്ക് ചെന്നുകയറിയപോലെയായിരുന്നു അവൾക്ക് തീയേറ്റർ. ഒരേ സമയം അതിശയവും, പേടിയുമെല്ലാം കലർന്നൊരു വിചിത്രാനുഭവം! സിനിമ തീരുന്നതുവരെ ആ വിസ്മയലോകത്ത് അവൾ മുരുകന്റെ കൈ മുറുകെപ്പിടിച്ചിരുന്നു. അവിടെവച്ച് അവളാദ്യമായി ഐസ്ക്രീമിന്റെ തണുത്ത മധുരം നുണഞ്ഞു. ഇരുട്ടിലിരുന്ന് സ്ക്രീനിലെ വെളിച്ചക്കാഴ്ചകൾ കാണുന്ന സിനിമാവിസ്മയം കണ്ടപ്പോൾ ആദ്യമവൾ വല്ലാതെ പേടിച്ചു. എങ്കിലും, പിന്നീട് ഇടയ്ക്കിടെ സിനിമക്കു പോവുക എന്നതൊരു ഹരമായിമാറി. മുരുകന്റെ കൂട്ടുകാരായിരുന്നു എല്ലാറ്റിനും സഹായികൾ.

മുരുകൻ അവൾക്ക് ഹോട്ടലിൽ നിന്നും ഉഴുന്നുവടയും, മസാലദോശയും വാങ്ങിക്കൊടുത്തു. അന്നുവരെ കഴിച്ച പലവിധ ഭക്ഷണങ്ങളിൽ അവൾക്കേറ്റവും പ്രിയപ്പെട്ടതായിമാറി ഗുരുവായൂരിലെ ഉഴുന്നുവട!

മുരുകനവളെ കടലും കായലും കാണിച്ചു.. ഓളപ്പരപ്പിലൊഴുകി നീങ്ങുന്ന കൊതുമ്പുവള്ളത്തിൽ അവളെ കൈപിടിച്ചു കയറ്റി. നിലാക്കാറ്റിൽ കടൽത്തീരത്ത് ആകാശത്തിലെ നക്ഷത്രങ്ങളെ നോക്കിക്കിടന്നു. അങ്ങനെ നോക്കിനോക്കിയിരിക്കെ നക്ഷത്രങ്ങൾ താഴേക്കു പൊഴിഞ്ഞുവീണ് തിരമാലകളുടെ വെള്ളിക്കൊലുസുകളിലെ തിളങ്ങുന്ന വജ്രക്കല്ലുകളായി മാറുന്നപോലെ തോന്നി അവൾക്ക്.

ആ പുതിയ ലോകത്ത് സന്തോഷത്തോടെ ചിറകുനീർത്തി വിഹരിച്ചെങ്കിലും ക്ഷേത്രത്തിനകത്തേക്ക് കയറണമെന്ന രാധയുടെ അദമ്യമായ ആഗ്രഹം ശക്തമായിത്തന്നെ മനസ്സിൽ നിറഞ്ഞുനിന്നു. അതവൾ മുരുകനോടു പറയുകയും ചെയ്തു. ദാദിമ അസുഖം മാറി ആശുപത്രിയിൽ നിന്നു വന്നാൽ പിന്നെ അവളുടെ ആ ആഗ്രഹം സാധിക്കില്ലെന്നവൾക്കറിയാം.

ദാദിമ കൂടെയില്ലാത്തതുകൊണ്ട് ഇരുട്ടിന്റെയും അഴുക്കിന്റെയും വലിയൊരു പോള അവളിൽ നിന്നും അടർന്നുപോയിരുന്നു. ഒരു മനുഷ്യക്കോലത്തിലേക്ക് ശരീരംകൊണ്ടും മനസ്സുകൊണ്ടും അവൾക്ക് രൂപമാറ്റം സംഭവിച്ചിരുന്നു.

ഒരു മനുഷ്യക്കുട്ടിയായി മാറിയ അവളുടെ മനസ്സിന്റെ തെളിനീർ തടാകത്തിൽ ആഗ്രഹങ്ങളുടെ ആമ്പലുകൾ മൊട്ടിട്ടു. സ്വപ്നസാഫല്യങ്ങളുടെ നിറനിലാവായി മുരുകൻ അവളിൽ നിറഞ്ഞുനിന്നു.

കുപ്പിവളകളും, ചാന്തുപൊട്ടും, കണ്മഷിയും, വെള്ളിക്കൊലുസുമെല്ലാം നൽകി അവൻ അവളെയൊരു ചന്തക്കാരി കുഞ്ഞിപ്പെണ്ണാക്കി...

8

ക്ഷേത്രത്തിനകത്തെ ശ്രീകോവിലിനകത്ത് തെളിഞ്ഞു കത്തുന്ന വിളക്കുനാളങ്ങൾ രാധയുടെ കണ്ണുകളിലെ എണ്ണത്തിരികളിൽ വെളിച്ചം പകർന്നു.

"നീ വാ... ഉള്ളെ പോയി സാമി കുമ്പിടലാം.." പ്രധാനകവാടത്തിനടുത്ത് കൂപ്പുകൈയോടെ നിർന്നിമേഷയായി നിൽക്കുന്ന രാധയോട് മുരുകൻ പലവട്ടം പറഞ്ഞു. പക്ഷേ, ആ സമയത്തെല്ലാം അവളുടെ മനസ്സിൽ തെളിഞ്ഞു വന്നത് ദാദിമയുടെ ചുവന്നു തുടുത്ത കണ്ണുകളും അരിശം നിറഞ്ഞ മുഖവുമായിരുന്നു. ആ ചിന്തയിൽത്തന്നെ അവൾ ഭയവിഹ്വലയായി. എങ്കിലും, ദിവസം കഴിയുന്തോറും ശ്രീകോവിലിനകത്തു നിന്നുള്ള വെളിച്ചത്തിന്റെ കാന്തികശക്തി രാധക്ക് താങ്ങാവുന്നതിലുമപ്പുറമായി. അവളെന്നും ഏറെനേരം ക്ഷേത്രവാതിലിനടുത്ത് ചുറ്റിപ്പറ്റിനിന്നു.

തിരികെപ്പോകാൻ കാലുകൾ സമ്മതിക്കാത്തതുപോലെ.. ശരീരം അവിടെ ഉറച്ചുപോയതുപോലെ അവളാ നിൽപ്പുതുടർന്നു. ശ്രീകോവിലിനകത്തു കടന്ന് ഭഗവാന്റെ തിരുവിഗ്രഹം നേരിട്ടു കാണണമെന്ന ആഗ്രഹം രാധയുടെ കുഞ്ഞുമനസ്സിന് താങ്ങാവുന്നതിലും വലിയ ഭാരമായി വളർന്നു.

ഒടുവിൽ അവൾ മുരുകനോട് ചോദിച്ചു: "ക്യൂ മേ ഖടെ ഹോ ജായെ?"

മുരുകൻ ക്യൂവിന്റെ അങ്ങേ അറ്റത്തേക്ക് നോക്കി: "ഇന്നേക്ക് ലേറ്റ് ആയിടിച്ച് രാധാ.. നമുക്ക് നാളെ രാവിലെ വന്ന് ക്യൂ നിക്കലാം."

"അബ് ഹേ തോ ക്യാ പ്രോബ്ലം ഹോഗാ?"

"അന്ത ക്യൂ പാര്.. ഇപ്പൊ നിന്നാൽ നമ്മ റൊമ്പ ലേറ്റ് ആയിടും. നാളെ മോർണിംഗ് വേഗം കുളിച്ച് റെഡിയായി വാ... ക്യൂവില് നിക്കലാം. നീ ഫസ്റ്റ് ടൈം കോവിൽ ഉള്ളെ പോകപ്പോറെ.. ഞാൻ രാവിലെ പൂ വാങ്ങി

കൊടുക്കലാം. നല്ല അളകാ, സ്റ്റൈലാ പോലാം. കോവിലുക്ക് ഉള്ളെ ഇരുക്കുറുത് സാമി ഒരുവേള ഉന്നൈ അങ്കെത്താൻ വെച്ചിടും. വെളീല് വിടാത്... “

“കിസ് ലിയേ...?” അവൾ സംശയത്തോടെ ചോദിച്ചു.

മുരുകന്റെ ഭാഷ അവൾക്ക് മനസ്സിലായിത്തുടങ്ങിയിരുന്നു. സംസാരിക്കുമ്പോഴുള്ള മുരുകന്റെ മുഖഭാവങ്ങളും ആംഗ്യങ്ങളുമെല്ലാം ചേർത്തുവച്ച് മുരുകൻ പറയുന്നതെല്ലാം അവൾ മനസ്സിലാക്കിയെടുത്തു. അവളുടെ ഭാഷ മുരുകനും.

“വെളീല് വിട്ടാ ഉൻ പാട്ടി തൂക്കിയെടുത്ത് പോയിടും അല്ലേ... ”

അവനൊരു വലിയ തമാശ പറഞ്ഞപോലെ ചിരിച്ചു.

പക്ഷേ, രാധക്ക് ചിരിക്കാനായില്ല..

ദാദിമയുടെ മുഖം ഓർമയിൽ വന്നപ്പോൾത്തന്നെ രാധയുടെ മുഖം വിളറിവെളുത്തു. അവൾ അവളുടെ മൃഗതുല്യജീവിതത്തിൽ നിന്നും മനുഷ്യനിലേക്ക് പരിണാമം ചെയ്യപ്പെട്ടിട്ട് രണ്ടു മാസത്തോളമാകുന്നു. വീണ്ടുമൊരു തിരിച്ചുപോക്ക് അവൾക്ക് ആലോചിക്കാൻ പോലുമാവില്ലായിരുന്നു.

പേടിച്ചുവിറച്ച രാധയുടെ മുഖം നോക്കി മുരുകൻ പറഞ്ഞു:

“എതുക്ക് ഭയം രാധാ.. ദാദിമ പെട്ടെന്നൊന്നും വരില്ല. ഡോക്ടർ സൊല്ലിയാച്ച്..അന്ത അമ്മാവുക്ക് എന്നവോ പെരിയ പ്രോബ്ളം ഉണ്ട്. പെരിയ ഇൻഫെക്ഷൻ. അതിനാലെ ആസ്പിറ്റലിൽ ഏതോ സ്പെഷ്യൽ വാർഡിൽ പടുക്കവെച്ചിട്ടിരുക്കറുത്.”

മുരുകൻ പറഞ്ഞത് അവൾക്ക് മുഴുവൻ മനസ്സിലായില്ലെങ്കിലും ദാദിമക്ക് എന്തോ വലിയ അസുഖമാണെന്നും ആശുപത്രിയിലെ ഒരു സ്പെഷ്യൽ വാർഡിൽ കിടത്തിയിരിക്കുകയാണെന്നും മനസ്സിലായി. ഇത്രയും കാലം തന്നെ കൂടെക്കൊണ്ടുനടന്ന, തെരുവുകൾ തോറും

കൈപിടിച്ചും മുടിപിടിച്ചു വലിച്ചും നടത്തിച്ച ദാദിമ ഇനിയൊരുപക്ഷേ തിരിച്ചുവരില്ലായിരിക്കും എന്ന ചിന്ത അവളിൽ കഠിനമായ വേദനയും ഒപ്പം ഒരായിരം പ്രതീക്ഷകളുമുണർത്തി.

ഒരു പുതിയ ജീവിതത്തിന്റെ.... പുതിയ ലോകത്തിന്റെ സൂര്യവെളിച്ചം രാധയിലേക്ക് പതിച്ചു.

മുരുകനും രാധയും ക്ഷേത്രഗോപുരത്തിനു ചുറ്റും ചിരിച്ചും കളിച്ചും നടന്നു.

ഒരു കുളിർക്കാറ്റിൽ അവളുടെ പാവാടത്തുമ്പുയർന്നപ്പോൾ ഒരു ചിരിയോടെ മുരുകൻ നിലത്തിരുന്ന് ആ പാവാടത്തുമ്പുകൾ താഴേക്കു വലിച്ചുപിടിച്ചു. നിഷ്കളങ്കമായ ആ നാല് കണ്ണുകളിലെ തിരിവെട്ടങ്ങൾ ക്ഷേത്രത്തിനകത്തേക്കു നീണ്ടു. അകത്തുനിന്നുള്ള മണിയടിയൊച്ചകളിൽ അവളുടെ കണ്ണുകൾ അറിയാതെ കൂമ്പി.

മുരുകൻ രാധയുടെ കൈപിടിച്ചു തിരികെ നടന്നു. “നാളെ രാവിലെ നമ്മൾ കോവിലിന്റെ ഉള്ളെയിരിക്കും. നീ എന്റെകൂടെ തിരിച്ച് വെളിയിലേക്ക് വരുമോ? അതോ കണ്ണന്റെ കൂടെ അങ്കെ ഇരിക്കുമാ?” അവൻ കുസൃതിയോടെ വീണ്ടും ചോദിച്ചു.

“മേ തേരെ സാഥീ ആവുഗാ.. ഹം ഐസ്ക്രീം ഖായേഗാ... ജ്യൂസ് പിയേഗാ.. വോ റൌണ്ട് റൌണ്ട് മേ ഏക് ധാ നാ? ക്യാ നാം ഹേ ഉസ്കാ?”

‘ഉളുന്ത്വടൈ” അവൻ ചിരിച്ചുകൊണ്ടവളുടെ കവിളിൽ നുള്ളി.

“ഹാ.. വോഹീ.. വോ ഭീ ഖായേഗാ.”

ഉഴുന്നുവടയുടെ സ്വാദ് അവളുടെ നാവിലെ രസമുകുളങ്ങൾ ഏറ്റെടുത്തിരുന്നു.

പിന്നെയുമെന്തൊക്കെയോ അവൾ അവളുടേതായ ഭാഷയിൽ പറയാൻ ശ്രമിക്കുന്നുണ്ടായിരുന്നു..

ചാന്തുപൊട്ട്, കൺമഷി, കുപ്പിവള..

കടൽക്കാറ്റ്..

ശർക്കരപ്പായസം, ഉണ്ണിയപ്പം, മുല്ലപ്പൂമാല, നാരങ്ങാസോഡ..

പത്തുവിരലിലും മോതിരങ്ങൾ...

“പത്തുവിരലിലും മോതിരമോ? അത്രയും മതിയോ? കാലിലും ഉണ്ട് പത്തുവിരൽ.. അതിലും പോട്ടുക്കലാം...” അവനുറക്കെ ചിരിച്ചു.

അവന്റെ ചിരിയിൽ അവളുടെ സ്വപ്നങ്ങൾ വിരിഞ്ഞുണരാൻ വെമ്പി. സൂര്യനിലേക്കു മിഴിനീട്ടാൻ കൊതിക്കുന്ന സൂര്യകാന്തിപ്പൂമൊട്ടുപോലെ അവൾ അവനു മുന്നിൽ നിന്നു.

മുരുകൻ രാധയെ തൊട്ടടുത്ത കടയിലേക്ക് കൈപിടിച്ചു നടത്തി. പല അളവുകളിലുള്ള പത്തു മോതിരങ്ങൾ വാങ്ങി അവളുടെ കൈകളിലേക്കു വച്ചുകൊടുത്തു. ചുവന്നനിറത്തിലുള്ള മോതിരങ്ങൾ. അതിൽ ഒരു മോതിരമെടുത്ത് അതിന്റെ മുകളിലെ സ്വർണനിറത്തിലുള്ള ചിത്രത്തിലേക്ക് വിരൽചുണ്ടി അവൻ പറഞ്ഞു..

‘ഇന്ത ദൈവം താൻ അങ്കെ ഉള്ളെയിരിക്കണ ദൈവം.”

“നിന്റെ ‘ഗുരാപ്പാ’..”

ആ മോതിരങ്ങളിൽ ഒന്നെടുത്ത് അവൻ അവളുടെ വിരലിൽ ഇട്ടുകൊടുത്തു.

‘ഉനക്ക് പുടിച്ചിടിച്ചാ?’ അവന്റെ നിഷ്കളങ്കമായ ചോദ്യത്തിന് അവൾ അരുമയോടെ തലയാട്ടി.

കൈയ്യിലുണ്ടായിരുന്ന ബാക്കി മോതിരങ്ങളെല്ലാം അവൻ അവളുടെ സഞ്ചിയിലേക്കിട്ടു. “ഇതെല്ലാം നീ ഭദ്രമാ വെക്ക്..” അവനവളുടെ കൈപിടിച്ച് അവളുടെ താമസസ്ഥലത്തേക്ക് നടന്നു.

"രാധാ നീ നാളെ രാവിലെ കുളിച്ച് റെഡിയായി കോവിലിന്റെ അടുത്തു വാ.. ഞാൻ അവിടെ ഉണ്ടാവും."

ആ തിരക്കിനിടയിൽ ഞാൻ നിന്നെ എങ്ങനെ കണ്ടുപിടിക്കും? ഇമചിമ്മാതെയുള്ള അവളുടെ നോട്ടത്തിൽ നിന്നും അവനാ ചോദ്യം വായിച്ചെടുത്തു. അവൻ കൈയിലിരിക്കുന്ന സഞ്ചിയിൽ നിന്ന് ഒരോടക്കുഴലെടുത്ത് അവൾക്ക് ഏറെ ഇഷ്ടമുള്ള ഒരു ഗാനം വായിച്ചു. "ഇത് കേട്ടാൽ ഞാൻ എവിടെയുണ്ടെന്ന് നിനക്ക് മനസ്സിലാകും ഇല്ലേ?"

മുരുകന്റെ കണ്ണുകളിലെ നക്ഷത്രത്തിളക്കം രാധയുടെ കണ്ണുകളിലെ സന്തോഷാശ്രുക്കളിൽ പ്രതിഫലിച്ചു.

നാളെ അമ്പലനടയിൽ കാണാമെന്ന് പറഞ്ഞ് മുരുകൻ തിരികെപ്പോയപ്പോൾ രാധ അവളുടെ ചെറിയ ഇടത്തിലേക്ക് നടന്നു.

അവിടെ അവളുടെ 'പെരിയക്ക' പിച്ചപ്പാത്രത്തിൽ നിന്നും നാണയത്തുട്ടുകളും നോട്ടുകളും പെറുക്കി സഞ്ചിയിലേക്കിടുന്നു. മുരുകന് പരിചയമുള്ള ആരോ ആണ് പെരിയക്ക. രാത്രി മാത്രമാണ് രാധ അവിടെ കിടക്കാൻ വരുന്നത്. ആ സമയത്തെ അവളുടെ സുരക്ഷ മുരുകൻ ഈ പെരിയക്കയെയാണ് ഏൽപ്പിച്ചിരിക്കുന്നത്. പക്ഷേ, രാധയുടെ യഥാർത്ഥ അവകാശി മുരുകനല്ലെന്നും അത് രാധയുടെ ദാദിമയാണെന്നും പെരിയക്കക്ക് അറിയാമായിരുന്നു.

"നിന്റെയാ തള്ള ചത്തുപോയോ?" സഞ്ചിയിൽ നിന്നും ഒരു റൊട്ടിക്കഷ്ണമെടുത്ത് കടിച്ചുവലിച്ച് അതിൽ പാതി അവൾക്കുനേരെ നീട്ടി പെരിയക്ക ചോദിച്ചു.

ഒരു മൂലയിൽ അവളെത്തന്നെ നോക്കിയിരുന്നിരുന്ന മറ്റൊരാൾ പെരിയക്കയുടെ ചോദ്യം കേട്ട് ഉറക്കെച്ചിരിച്ചു.

"അത് ചത്തു പോകുന്നതു തന്നെയാണ് നിനക്കു നല്ലത്. മുരുകൻ നിന്നെ നോക്കും. അവനൊരു നല്ല പയ്യൻ. "

അയാൾ പറഞ്ഞതൊന്നും രാധക്ക് മനസ്സിലായില്ല. അവൾ പെരിയക്കയെ ചോദ്യഭാവത്തിൽ നോക്കി.

“തുമാരാ ദാദിമ മർ ഗയാ?” പെരിയക്ക വീണ്ടും ചോദ്യം ആവർത്തിച്ചു.

“പതാ നഹി..” അവൾ നിഷ്കളങ്കമായി പറഞ്ഞു.

മുരുകൻ ഇട്ടുകൊടുത്ത മോതിരത്തിലേക്ക് അവളുടെ കണ്ണുകൾ നീണ്ടു. മോതിരത്തിൽ കൊത്തിവച്ചിരിക്കുന്ന ഗുരുവായൂരപ്പന്റെ, അവളുടെ ഗുരാപ്പായുടെ രൂപത്തിലേക്ക് സൂക്ഷിച്ചുനോക്കി... എല്ലാവരുടെയും ചോദ്യങ്ങൾക്കുള്ള ഉത്തരം അവിടെയുണ്ടെന്നവൾക്കു തോന്നി.

പെട്ടെന്നൊരിടിമിന്നലിൽ മോതിരത്തിലെ ഭഗവാന്റെ രൂപം തിളങ്ങി.

ആകാശത്ത് കറുത്തിരുണ്ട മഴമേഘങ്ങൾ ഉരുണ്ടുകൂടിയിരിക്കുന്നു. ഒരുപക്ഷേ, ഒരു പെരുമഴയിലെല്ലാം ഒലിച്ചു പോയേക്കാം. അല്ലെങ്കിൽ മഴമേഘങ്ങളെ കാറ്റ് ദൂരങ്ങളിലേക്കു വലിച്ചുകൊണ്ടുപോകാം.

അതെ, കാറ്റിന്റെ കൈകളിലാണെല്ലാം; കാറ്റിന്റെ കൈകളിലെ കരിയിലകളാണെല്ലാം...

ആ രാത്രി അവൾക്കുറങ്ങാനായില്ല. എത്ര തിരിഞ്ഞും മറിഞ്ഞും കിടന്നിട്ടും ഉറക്കം അവളെ തേടിയെത്തിയില്ല. മഴമേഘങ്ങളെ കാറ്റ് ദൂരങ്ങളിലേക്കു കൊണ്ടുപോയി. നിഴലും നിലാവും മാറിമാറിപ്പെയ്ത ആ രാത്രിയുടെ അന്ത്യയാമത്തിലെപ്പോഴോ അവൾ മയക്കത്തിലേക്കു വീണിരിക്കണം.

9

ചക്രവാളച്ചുമരിൽ ഉദയത്തിന്റെ ചുമപ്പുരാശി പടർന്നു. മരച്ചില്ലകളിൽ നിന്നും പക്ഷികൾ ആകാശവീഥികളിലേക്ക് ചിറകുനീർത്തി. ആ കിളിയൊച്ചയിൽ രാധ കണ്ണുതുറന്നു.

ഗുരുവായൂരിലെത്തിയ അന്നുമുതൽ ഹൃദയത്തിലേറ്റി നടക്കുന്ന ആഗ്രഹമാണ് ഇന്ന് സാധിക്കാൻ പോകുന്നത്. ഉത്സാഹത്തോടെ അവൾ ചാടിയെഴുന്നേറ്റു. തലേദിവസം നിറച്ചുവച്ചിരുന്ന മൺകുടത്തിലെ വെള്ളം തലയിലൂടെ കോരിയൊഴിച്ചു. ഒരു മൂലയിൽ, ആരും കാണാത്തൊരിടത്ത് ഒളിച്ചുവച്ചിരുന്ന ഭാണ്ഡത്തിൽ നിന്നും കഴിഞ്ഞ കുറെ നാളുകളായുള്ള അവളുടെ സമ്പാദ്യങ്ങൾ പുറത്തെടുത്തു.

മുരുകൻ എവിടെനിന്നൊക്കെയോ സംഘടിപ്പിച്ചു കൊടുത്ത ഉടുപ്പുകൾ... പാവാടകൾ. അവന്റെ പരിചയക്കാരുടെ കടകളിൽ നിന്നും ചെറിയ വിലയ്ക്ക് വാങ്ങിച്ചു കൊടുത്ത പാദസരങ്ങൾ, മാലകൾ, വളകൾ. ഓരോന്നിന്റെയും ഭംഗിയാസ്വദിച്ച് അവളെടുത്തണിഞ്ഞു.

ഭാണ്ഡത്തിനുള്ളിൽ ഭദ്രമായി വച്ചിരുന്ന ഒരു പൊട്ടിയ കണ്ണാടിച്ചില്ലെടുത്ത് മുഖം നോക്കി. ചാന്തുപൊട്ടെടുത്ത് നെറ്റിയിൽ വലിയ വട്ടത്തിലൊരു പൊട്ടുകുത്തി. കടലാസിൽ പൊതിഞ്ഞു വച്ചിരുന്ന ചന്ദനവും കുങ്കുമവും തൊട്ടു.

അവൾ അവളെത്തന്നെ ഏറെനേരം നോക്കിയിരുന്നു.... അവളുടെ രൂപം കണ്ട് അവൾക്കുതന്നെ വിശ്വാസം വരാത്തപോലെ! മഷിയെഴുതിയ കണ്ണുകളും, ചീകിക്കെട്ടിയ മുടിയും, കമ്മലിട്ട കാതുകളും അവൾ വീണ്ടും വീണ്ടും നോക്കി.. മെല്ലെത്തലോടി.

ചില സമയത്ത് മുരുകൻ ചെയ്യാറുള്ളതുപോലെ അവൾ അവളുടെ കവിളുകളിൽ പിച്ചിനോവിച്ചു.

ആകാശച്ചെരുവിലെ ചുവപ്പിന്റെ നിറഭേദങ്ങൾ നോക്കി അവൾ സമയം കണക്കുകൂട്ടി. ക്ഷേത്രത്തിലേക്കിറങ്ങാറായിരിക്കുന്നു.

കണ്ണാടിച്ചില്ലെടുത്ത് വീണ്ടുമവൾ അവളെത്തന്നെ നോക്കി. അവളുടെ ചുണ്ടുകൾ മെല്ലെ മന്ത്രിച്ചു...

"ഗുരാപ്പാ... മേ ആ രഹീ ഹും.." അവൾ കൈവിരലിലെ ചുവന്ന മോതിരത്തിൽ ചുണ്ടുകളമർത്തി.

ആ സമയം കാറ്റിന് ശക്തികൂടി...... ചുറ്റും കരിയിലകൾ പാറി...

ആകാശച്ചെരുവിലെ ചുവപ്പിലേക്ക് കാർമേഘങ്ങൾ പടർന്നു. ചില്ല വിടാൻ മടിച്ച് തൂങ്ങിപ്പിടിച്ചിരുന്നിരുന്ന പക്ഷികൾ എങ്ങോ പാറിയകന്നു.

ദൂരെ നിന്നും ഒരോടക്കുഴൽ നാദം അവളെത്തേടി വന്നു. അവൾ പോകാനൊരുങ്ങി. തിടുക്കത്തിൽ കണ്ണാടിയെടുത്ത് ഒന്നുകൂടെ നോക്കി.

പെട്ടെന്ന്.....

പെട്ടെന്ന് ഒരിടിമുഴക്കം പോലെ ആ ശബ്ദം അവളുടെ കാതുകളിലേക്ക് തുളച്ചുകയറി.. അതോടൊപ്പം അവളുടെ കൈയിലിരുന്ന കണ്ണാടിത്തുണ്ട് ദൂരേയ്ക്ക് തെറിച്ചുവീണു. ഒരായിരം വെളിച്ചത്തുള്ളികളായി... നക്ഷത്രപ്പൊട്ടുകളായി അത് വീണുടഞ്ഞു.

"ക്യാ ഹോ രഹാ ഹേ യഹാ...?"

അതൊരു ചോദ്യമായിരുന്നില്ല.. ആക്രോശമായിരുന്നു.

ഒരു നിമിഷാർദ്ധം കൊണ്ടവൾ ആ ശബ്ദം തിരിച്ചറിഞ്ഞു. ഇനിയൊരിക്കലും കേൾക്കാനിടവരല്ലേയെന്ന് അവൾ ആഗ്രഹിച്ച ശബ്ദം. അറിയാതെയവൾ കൈകൾ കൂപ്പി മേലേക്ക് നോക്കി..

ഒരു കൊടുങ്കാറ്റിന് കൈകാലുകൾ മുളച്ച പോലെ ദാദിമ അവൾക്കു മുന്നിൽ മുടിയഴിച്ചാടി.. തീപ്പന്തങ്ങൾ പോലെ നിന്നുകത്തിയ ആ കണ്ണുകളിലെ തീ അവളെ ഒറ്റയടിക്കു കരിച്ചുകളഞ്ഞു.

മെടഞ്ഞുകെട്ടിയ രാധയുടെ മുടിയിലേക്ക് ബലിഷ്ഠമായ ആ കൈകൾ പതിച്ചു.. അവർ അവളെ വലിച്ചിഴച്ചു. ഒരു പമ്പരം പോലെ അവൾ നിലത്തുകിടന്നുരുണ്ടു. കാതിൽ തൂക്കിയിട്ടിരിക്കുന്ന ജിമുക്കികളാണോ അതോ കാതുകൾ തന്നെയാണോ പറിച്ചു മാറ്റപ്പെടുന്നതെന്നറിയാതെ അവൾ വേദനിച്ചു പുളഞ്ഞു. കഴുത്തിലണിഞ്ഞ മാലയിലെ മുത്തുകൾ ചുറ്റും ചിതറി. അവളുടെ പാദസരങ്ങൾ അവർ വലിച്ചുപറിച്ചു. ദയനീയമായ കരച്ചിലിനിടയിൽ അവളുടെ നീലപ്പാവാടയും ബ്ലൗസും കീറിയടർന്നു.

പ്രഭാതക്കുളിരിൽ മുഷിഞ്ഞമുണ്ടുകൾ വലിച്ചുപുതച്ച് ബോധംകെട്ടുറങ്ങിയിരുന്നവരെല്ലാം ദാദിമയുടെ അട്ടഹാസങ്ങൾ കേട്ടുണർന്നു. ദാദിമ രാധയുടെ ഭാണ്ഡം വലിച്ചുപറിച്ച് അതിൽ നിന്നും ആ പഴയ മുഷിഞ്ഞുകീറിയ ഉടുപ്പെടുത്ത് അവളുടെ മുഖത്തേക്കെറിയുന്ന ധാർഷ്ട്യവും രാധയുടെ ദയനീയ മുഖവും കണ്ട് അവർ ഭയപ്പാടോടെ ഓരോ മൂലകളിലേക്കൊതുങ്ങി.

പെരിയക്ക മാത്രം ഓടിവന്ന് ദാദിമയെ പിടിച്ചുമാറ്റാനൊരു വിഫലശ്രമം നടത്തി. ദാദിമ പെരിയക്കയെ ശക്തിയായി തള്ളിമാറ്റി; അവർ ദൂരേക്ക് തെറിച്ചുവീണു.

ദാദിമ അവളെ റോഡിലൂടെ വലിച്ചിഴച്ചു. ദാദിമയുടെ കൈകൾക്കുള്ളിൽ അവളുടെ വിരലുകൾ ഞെരിഞ്ഞമർന്നു. വിരലിലെ ചുവന്ന മോതിരം അവളുടെ മാംസത്തിലേക്ക് കുത്തിക്കയറി. അവളുടെ കാതുകളിൽ നിന്നും ഓടക്കുഴൽ നാദം നേർത്തുനേർത്തപ്രത്യക്ഷമായി.

ബസ്സ്റ്റാൻഡിൽ സ്റ്റാർട്ട് ചെയ്തിട്ടിരുന്ന ഒരു ബസിലേക്ക് ദാദിമ അവളെ തള്ളിക്കയറ്റി. സാധനസാമഗ്രികൾ കുത്തിനിറച്ച ഭാണ്ഡം അവളുടെ മടിയിലേക്ക് വലിച്ചെറിഞ്ഞ് ദാദിമ അവൾക്കരികിൽ കലിയടങ്ങാതിരുന്നു.

ബസ് പതുക്കെ നീങ്ങി സ്റ്റാൻഡിൽ നിന്നുമിറങ്ങി....

"രാധാ.... രാധാ.... "

ആ ശബ്ദംകേട്ട് അവൾ ഭ്രാന്തമായൊരു ആവേശത്തോടെ പുറത്തേക്കു നോക്കി.

ദൂരെനിന്നും മുരുകൻ അവളെ ഉറക്കെ വിളിച്ചുകൊണ്ട് ഓടിവരുന്നു. അവൾ പെട്ടെന്ന് ചാടിയെഴുന്നേറ്റു. അവൾ എഴുന്നേറ്റതും ദാദിമ അവളെ ശക്തിയായി പുറകിലേക്ക് വലിച്ചതും ഒരുമിച്ചായിരുന്നു. പുറകിലെ കമ്പിയിലേക്ക് തലയടിച്ച് അവൾ സീറ്റിലേക്ക് വീണു.

"രാധാ... രാധാ...."

മുരുകൻ പുറകെ ഓടിവരുന്നത് അവൾക്കു കാണാമായിരുന്നു. ബസ്സ് മുന്നിലേക്കു പോകുന്തോറും റോഡിലെ വണ്ടികൾക്കും ആൾക്കൂട്ടത്തിനുമിടയിലേക്ക് അവൻ മാഞ്ഞുപോയി.

നിറഞ്ഞുകവിയുന്ന കണ്ണീർപ്പാടങ്ങളിൽ എല്ലാമസ്തമിച്ചു... പ്രതീക്ഷകളുടെ സൂര്യൻ ഇരുളിലേക്കു മടങ്ങി.

ബസ്സ് നഗരത്തിലെ തിരക്കുപിടിച്ച നിരത്തിലൂടെ ഇഴഞ്ഞുനീങ്ങി. റോഡരികിലൂടെ ആളുകൾ പല വേഷങ്ങളിലും ഭാവങ്ങളിലും തിരക്കിട്ടു നടക്കുന്നു. അവളുടെ കണ്ണുകൾ മങ്ങി. ബസിലേക്ക് ആളുകൾ കയറിക്കൊണ്ടേയിരിക്കുന്നു. കടലുപോലെ അലയടിക്കുന്ന മനുഷ്യർ. അതിനുമുകളിൽ ഒരു വഞ്ചിയിലെന്ന പോലെ രാധയിരുന്നു...

എങ്ങോട്ടെന്നറിയാതെ..

എന്തിനെന്നറിയാതെ..

വെയിൽച്ചൂടിന്റെ, ശബ്ദകോലാഹലങ്ങളുടെ, മനുഷ്യഗന്ധങ്ങളുടെ വൻതിരകൾ അവളെ വന്നുമൂടി.

രാധയുടെ വിരലുകൾ മറുകൈയ്യിലെ ചുവന്ന മോതിരത്തിലേക്ക് നീണ്ടു. അവളുടെ ചുണ്ടുകൾ മന്ത്രിച്ചു... "ഗുരാപ്പാ..."

വെയിലിന്റെ മഞ്ഞവെളിച്ചം അഗ്നിനാളങ്ങളായി..

ചുറ്റും വാനോളമുയരുന്ന അഗ്നിനാളങ്ങൾ; അതിലവൾ വെന്തുരുകി.

ഏറെ നാളുകളായി അവളിൽ കിളിർത്തു തളിർത്തു വന്നിരുന്ന മനുഷ്യമനസ്സിന്റെ പച്ചിലപ്പൊടിപ്പുകൾ കരിഞ്ഞുണങ്ങി. പാതിവഴിയിലെത്തിയിരുന്ന പരിണാമചക്രം പൊടുന്നനെ തിരിച്ചുകറങ്ങി. അഗ്നികുണ്ഡത്തിലെരിഞ്ഞ സ്വപ്നങ്ങളുടെ അവസാന പൊട്ടലും ചീറ്റലുമണഞ്ഞു.

ചുറ്റും പടർന്ന തീഷ്ണഗന്ധത്തിൽ മനുഷ്യമാംസം കത്തുന്ന ഗന്ധവും കലർന്നിരുന്നുവോ?

ഒടുവിൽ, പ്രതീക്ഷയുടെ ചാരംപോലും ചൂടുവറ്റി തണുത്തുറഞ്ഞു തുടങ്ങിയപ്പോൾ അവൾ വീണ്ടും പഴയ അവളായി. മൃഗമോ, പക്ഷിയോ, ഉറുമ്പോ, പുഴുവോ, ശലഭമോ എന്നൊന്നും സ്വയം തിരിച്ചറിയാനാകാത്ത നിർവികാരമായ എന്തോ ഒന്ന്.

എങ്കിലും... ചാരം മൂടിയ മനസ്സിനകത്ത്, കരിഞ്ഞുണങ്ങിയൊരു വൃക്ഷത്തിന്റെ തായ്‌വേരിനകത്ത് ഒരു ജലബിന്ദു വറ്റാതെ നിന്നു. അവളുടെ വിരലിലെ ചുവന്ന മോതിരത്തിനകത്തുനിന്നും ഇറ്റിവീണ ഒരു ജലബിന്ദു. അതവളുടെ 'ഗുരാപ്പ്' അദൃശ്യമായി ഇറ്റിച്ചൊരു ജലകണമാകാം..

അതിൽ ആകാശനീലിമയും ഒരോടക്കുഴൽവിളിയും തുളുമ്പിനിന്നു.

10

ആ ജലബിന്ദുവിന്റെ തണുപ്പ് തൊടാനോ, അറിയാനോ ആകാത്തവിധം അദൃശ്യമായിരുന്നു. എത്ര ശ്രമിച്ചാലും കാണാത്തത്രയും ചെറുതായിരുന്നു. എങ്കിലും, കാലത്തിന്റെ അനന്തതയിൽ രാധ എവിടെയായിരുന്നാലും, എത്ര അകലെയായിരുന്നാലും അവളെ തന്നിലേക്കടുപ്പിക്കാനുള്ള ദിവ്യശക്തി ആ ജലകണത്തിലൊളിഞ്ഞിരുന്നു. അവൾപോലുമറിയാതെ അവൾക്കുള്ളിലെ ചാരം മൂടിയ വേരിലൊന്നിൽ അതുറഞ്ഞുകിടന്നു.

ഭൂമിയുടെയും ആകാശത്തിന്റെയും അനുഭവങ്ങളുടെയും തീച്ചൂളയിൽ അവൾ പൊള്ളിയടർന്നപ്പോഴും ആ ജലകണം വരണ്ട വേരുകൾക്കകത്തെങ്ങോ ആരോരുമറിയാതെ ജ്വലിച്ചുനിന്നു.

ഒരിടത്തു നിന്ന് മറ്റൊരിടത്തേക്ക്, ബസ്സുകളിൽ നിന്ന് ബസ്സുകളിലേക്ക് അവർ ലക്ഷ്യമില്ലാതെ യാത്രചെയ്തു. ദിവസങ്ങളും മാസങ്ങളുമല്ല വർഷങ്ങൾതന്നെ കടന്നുപോയിട്ടുണ്ടാവണം. മൃഗങ്ങളിൽ നിന്ന് പക്ഷികളിലേക്കും, അതിൽനിന്ന് ശലഭങ്ങളിലേക്കും പുഴുക്കളിലേക്കും ഉറുമ്പുകളിലേക്കുമെല്ലാം അവൾ മാറിമാറി പരിണാമം ചെയ്തു. മനുഷ്യരുടെ ലോകത്ത് മനുഷ്യരല്ലാത്ത മറ്റെന്തൊക്കെയോ ജീവവൈവിധ്യങ്ങളായി ഭൂമിയിൽ അവളുടെ ഹൃദയം മിടിച്ചു.

"അവളുടെ യാത്ര അപ്പോഴൊരു മണൽസാഗരത്തിന്റെ തീരത്തിലൂടെയായിരുന്നു...."

വാക്കുകളും വാക്കുകൾക്കിടയിലെ നീണ്ട നിശബ്ദതകളും തീർത്ത കഥയുടെ തോണി തെല്ലൊന്നുലഞ്ഞു. ഏറെ നേരത്തെ മൗനത്തിനു ശേഷം ഭദ്രയുടെ ശബ്ദം പുറത്തേക്കുവന്നു:

"ആനന്ദമ്മാ.... അവരെവിടെയെത്തി?"

മറ്റൊരു ലോകത്തുനിന്ന് ഉണർന്നെണീറ്റതുപോലെ കബീറും കൈകാലുകൾ നീട്ടിവലിച്ചു. മേശപ്പുറത്തെ ജഗ്ഗിൽ നിന്നും വെള്ളമെടുത്തു കുടിച്ച് തിരികെ വന്നിരുന്നു.

എവിടേയും അടങ്ങിയിരിക്കാനാവാത്ത ദാദിമയുടെ നിതാന്തമായ അലഞ്ഞുതിരിയലുകൾ അവരെ കൊണ്ടെത്തിച്ചത് വൈവിധ്യമാർന്ന ഭൂപ്രദേശങ്ങളുടെ നാടായ രാജസ്ഥാനിലാണ്.

ഒരിടത്തുനിന്നും മറ്റൊരിടത്തേക്ക് വണ്ടി കയറുമ്പോൾ ഭാണ്ഡത്തിൽ നിന്നും കുറച്ചു നാണയത്തുട്ടുകളും മുഷിഞ്ഞുകീറിയ നോട്ടുകളും പുറത്തെടുക്കും. “ഇത്രയും പൈസക്ക് എവിടെവരെ പോകാം?” സംശയം ജനിപ്പിക്കും വിധമുള്ള ദാദിമയുടെ ആ മട്ടും ഭാവവും കാണുമ്പോൾ പലപ്പോഴും ആളുകൾ അവരെ വണ്ടിയിൽ നിന്നും ഇറക്കിവിടാനാണ് ശ്രമിക്കാറ്. ഇറങ്ങാൻ തയ്യാറാകാതെ നിൽക്കുന്ന ദാദിമയും ബസ്സു ജീവനക്കാരും തമ്മിലുള്ള ഉന്തും തള്ളും തുടർന്നുകൊണ്ടേയിരുന്നു. ദാദിമ പറയുന്ന അസഭ്യവാക്കുകൾ കേട്ട് സഹികെട്ട് കിട്ടിയ കാശിന് എവിടേക്കെങ്കിലുമൊരു ടിക്കറ്റ് എഴുതിക്കൊടുക്കും.

എങ്ങോട്ടാണ് പോകുന്നതെന്നോ, ടിക്കറ്റിൽ ഏത് സ്ഥലപ്പേരാണ് എഴുതിയിരിക്കുന്നതെന്നോ എന്നൊന്നുമറിയാതെ ബസ് അനങ്ങി മുഖത്ത് കാറ്റടിച്ചു തുടങ്ങുമ്പോഴേ ദാദിമ ഉറങ്ങിത്തുടങ്ങിയിട്ടുണ്ടാകും. എന്നിരുന്നാലും, ദേശാടനപ്പക്ഷികളുടെ ദിശാബോധം പോലെ ആന്തരികമായൊരു സമയകാലക്കണക്ക് ദാദിമയിലുണ്ടായിരുന്നു എന്നുവേണം കരുതാൻ. എന്നാൽ രാധയുടെ മനസ്സിൽ യാതൊരുവിധ കാലക്കണക്കുകളുമുണ്ടായിരുന്നില്ല.

മുരുകൻ പഠിപ്പിച്ചുകൊടുത്ത തീയതി, ആഴ്ച, മാസം വർഷം എല്ലാം ഓർമയിൽ നിന്നും നഷ്ടപ്പെട്ടിരിക്കുന്നു... മഞ്ഞച്ച വെയിലും പൊടിക്കാറ്റുമല്ലാതെ അവളുടെ ഉള്ളിലും പുറത്തും മറ്റൊന്നുമുണ്ടായിരുന്നില്ല.

സാധാരണഗതിയിൽ ദേവാലയങ്ങൾക്കു ചുറ്റുമുള്ള ഇടങ്ങളാണ് ദാദിമയുടെ ജോലിയിടങ്ങൾ. എന്നാൽ, രാജസ്ഥാനിലെ പലയിടങ്ങളിലും കറങ്ങി അവസാനം ഉദയ്പൂരിൽ എത്തിയപ്പോൾ അവിടെ വിനോദസഞ്ചാരികൾക്കിടയിൽ ഭിക്ഷാടനം നടത്തി എളുപ്പത്തിൽ പൈസയുണ്ടാക്കാമെന്ന പ്രതീക്ഷയിൽ അവിടത്തെ തിരക്കേറിയ ഒരു വിനോദസഞ്ചാര കേന്ദ്രത്തിനു സമീപമാണ് അവർ താവളമുറപ്പിച്ചത്.

പക്ഷേ, ആദ്യമായി ദാദിമയുടെ കണക്കുകൂട്ടലുകൾ അവിടെ പിഴച്ചു.

രാജസ്ഥാനിൽ ഒരു യാചകന്റെ ജീവിതം മറ്റിടങ്ങളേക്കാൾ കഠിനമാണ്. ചുട്ടുപൊള്ളുന്ന വെയിലിൽ നഗരങ്ങളിലെ തിരക്കേറിയ തെരുവുകളിൽ പിച്ചയെടുത്തു ജീവിക്കുന്നവരുടെ ജീവിതം കാലാവസ്ഥയുമായുള്ള പോരാട്ടം കൂടിയാണ്. ഇന്നത്തേതിൽ നിന്നും ഏറെ വ്യത്യസ്തമാണ് അന്നത്തെ രാജസ്ഥാനും അവിടത്തെ ടൂറിസ്റ്റ് കേന്ദ്രങ്ങളുമെല്ലാം. ഒട്ടകങ്ങളും സൈക്കിൾ റിക്ഷകളും കാലികളും നിറഞ്ഞ റോഡുകൾ. പാതയോരങ്ങളിൽ ചരക്കുകൾ കയറ്റിയ ഒട്ടകങ്ങളുടെ നീണ്ട നിര കാണാമായിരുന്നു. സമ്പത്തും ദാരിദ്ര്യവും തമ്മിലുള്ള വലിയ അന്തരം വ്യക്തമാണ്. നിറപ്പകിട്ടാർന്ന കൊട്ടാരങ്ങളുടെയും ഹവേലികളുടെയും രാജപ്രൗഢികൾക്കിടയിൽ നരകതുല്യമായ നരച്ച യാചകജീവിതങ്ങൾ.

തെരുവുകളിലെ വർണ്ണാഭമായ ആഘോഷങ്ങൾക്കും വാദ്യഘോഷങ്ങൾക്കുമിടയിൽ തന്റെ കൈയ്യിലെ തകരപ്പാട്ടയിൽ വീഴുന്ന നാണയത്തുട്ടുകളുടെ ശബ്ദങ്ങൾക്കായിമാത്രം രാധ കാതോർത്തു.

തുറന്ന ആകാശത്തിനു കീഴിലായിരുന്നു അവളുടെ രാത്രികൾ. ആകാശത്തിലേക്ക് ഒരേണിവച്ചുകയറി നക്ഷത്രങ്ങളിലൂടെ തൂങ്ങിയാടി അങ്ങുദൂരെ ഓടക്കുഴൽ വിളിയുണരുന്ന ഒരു ക്ഷേത്രമുറ്റത്തേക്ക്

ഊർന്നിറങ്ങുന്നതായി അവളെന്നും സ്വപ്നം കണ്ടു. ആ ക്ഷേത്രമുറ്റത്ത് തലചായ്ച്ച് അവളെന്നുമുറങ്ങി.

ഉദയ്പൂരിലെത്തിയപ്പോൾ ദാദിമയുടെ സാധാരണ രീതിയിലുള്ള ഭിക്ഷാടന രീതികളൊന്നും നടപ്പിലായില്ല. ആരെയും കൂസാതെ തന്റെ ഇഷ്ടത്തിന് മാത്രം ജീവിച്ചിരുന്ന ദാദിമ വലിയൊരു ഭിക്ഷാടന മാഫിയക്കകത്ത് പെട്ടുപോയി. അന്നത്തെ കാലത്ത് അതിനെ മാഫിയ എന്നൊക്കെ പറയുമായിരുന്നോ എന്നറിയില്ല. ഭിക്ഷക്കാരെ സ്വന്തം നിയന്ത്രണത്തിൽ വച്ചിരുന്ന സംഘത്തലവന്മാരും അവരുടെ ശിങ്കിടികളും സ്ഥിരം കാഴ്ചകളായിരുന്നു. അത്തരം സംഘത്തലവന്മാരുടെ നിർദാക്ഷിണ്യമായ നിയമങ്ങളിൽനിന്നും കുതറിമാറാൻ യാചകരായ ആർക്കുമാവില്ലായിരുന്നു. ഓരോ ദിവസവും ഏതൊക്കെ സ്ഥലങ്ങളിലേക്ക് പോകണമെന്നും ഏറ്റവും കുറഞ്ഞത് എത്ര രൂപ സമ്പാദിക്കണമെന്നുമെല്ലാം അവർ തീരുമാനിക്കും.. വൈകിട്ട് കിട്ടിയതിൽ മുക്കാലും ആ മാഫിയ തലവന് കൊടുക്കുകയും വേണം.

ദാദിമയുടെ സഞ്ചിയിൽ പണം കുറച്ചേറെയുണ്ടായിരുന്നു. ഹൃദ്രോഗ ബാധിതയെന്ന ഡോക്ടറുടെ സർട്ടിഫിക്കറ്റ് ഉള്ളതുകൊണ്ടും പല ഭാഷകളും സംസാരിക്കാൻ അറിയുന്നതുകൊണ്ടും സാധാരണ ഭിക്ഷക്കാരുടേതിനേക്കാൾ ദാദിമയുടെ സമ്പാദ്യം എപ്പോഴും വലുതായിരുന്നു. ആ പണമൊക്കെ ഒളിപ്പിച്ചുവെക്കാൻ അവർ ഏറെ പണിപ്പെടുകയും ചെയ്തു.

ഉദയ്പ്പൂരിലെ ഒരു വിനോദസഞ്ചാര കേന്ദ്രത്തിനു മുന്നിൽ താവളമുറപ്പിച്ച് രണ്ടുദിവസത്തിനകംതന്നെ ഒരു ചെറുപ്പക്കാരൻ അവരെത്തേടിവന്നു.

“നിങ്ങൾ ഇവിടെ പുതിയ ആളായിരിക്കണം അല്ലേ?” അവിടുത്തെ പ്രാദേശിക ഭാഷയും ഹിന്ദിയും കൂടിക്കലർന്ന അവന്റെ വാക്കുകൾ തീർത്തും നിർവികാരമായിരുന്നു. ആ സ്ഥലത്തിനെക്കുറിച്ച് യാതൊരു ധാരണയുമില്ലാത്ത ഒരാളോട് സംസാരിക്കുന്നപോലെ അലസമായി

അയാൾ പോക്കറ്റിൽ നിന്നും ഒരു പാൻ മസാലപ്പൊതിയെടുത്ത് വായിലേക്കിട്ടു.

കനത്ത വെയിലിൽ തലയിൽ ഒരു കീറത്തുണിയുമിട്ട് തലതാഴ്ത്തിയിരുന്നിരുന്ന ദാദിമ തലയുയർത്തി കൈകൊണ്ട് വെയിൽ മറച്ച് അയാളെ നോക്കി.

"അതെ, രണ്ടു ദിവസമായി വന്നിട്ട്. എന്താ നിങ്ങളുടെ പ്രശ്നം?" ഹിന്ദിയും ഇംഗ്ലീഷും കൂടിക്കലർന്ന തന്റെ ഭാഷയിൽ ദാദിമ തിരിച്ചുചോദിച്ചു.

ചെറുപ്പക്കാരൻ രണ്ടുപേരെയും അടിമുടി നോക്കിക്കൊണ്ട് ഉറക്കെച്ചിരിച്ചു.. "പ്രശ്നമോ? പ്രശ്നം എനിക്കല്ല.. നിങ്ങൾക്കാണ്. ഈ ഒരു സ്ഥലം മുഴുവൻ രാജു ഭായിയുടെ നിയന്ത്രണത്തിലാണ്. ഭായിയുടെ അനുവാദമില്ലാതെ ആരും ഇവിടെ യാചിക്കാറില്ല."

"രാജു ഭായ്? അവനാര്? അതാരായാലും എനിക്ക് പ്രശ്നമല്ല." എപ്പോഴത്തെയും പോലെ ദാദിമയുടെ കണ്ണുകളിൽ രോഷം നിറഞ്ഞു.

"രാജു ഭായ് ഈ നഗരത്തിലെ എല്ലാ ഭിക്ഷക്കാരെയും നിയന്ത്രിക്കുന്ന ആളാണ്. നിങ്ങൾക്ക് ഇവിടെ ഭിക്ഷാടനം നടത്തണമെങ്കിൽ രാജു ഭായിയുടെ സമ്മതമില്ലാതെ പറ്റില്ല. ഭായിയുടെ നിയമങ്ങൾ പാലിക്കണം," ദാദിമയുടെ കൂസലില്ലായ്മ കണ്ട് അയാൾ കലിതുള്ളി.. വായിലെ പാൻ ശക്തിയായി ചവച്ചുതുപ്പി.

"എനിക്ക് ആരുടെയും അനുവാദം ആവശ്യമില്ല. വർഷങ്ങളായി ഞാൻ ഈ ജോലി ചെയ്യുന്നു," അവർ ധിക്കാരത്തോടെ മറുപടി പറഞ്ഞു.

"ഞാൻ പറഞ്ഞതൊന്നും നിങ്ങൾക്ക് മനസ്സിലായില്ല അല്ലേ..? രാജു ഭായിയുടെ അനുവാദമില്ലാതെ ഇവിടെ നിങ്ങൾ ഭിക്ഷാടനം നടത്തുന്നതൊന്നു കാണണം." ഭീഷണിയുടെ സ്വരത്തിൽ പിന്നെയും പലതും പറഞ്ഞ് അയാൾ തിരിച്ചു നടന്നു.

ദാദിമ എന്തൊക്കെയോ പിറുപിറുത്തുകൊണ്ട് വീണ്ടും നാണയങ്ങൾ ഓരോന്നായെടുത്ത് തിരിച്ചും മറിച്ചും നോക്കി സഞ്ചിയിലിട്ടുകൊണ്ടിരുന്നു.

ഇത്തരം പലതരം മാഫിയകളും യാചകസംഘത്തിന്റെ തലവന്മാരും ഇതിനുമുൻപും ദാദിമയുമായി വാക്കുതർക്കമുണ്ടായിട്ടുണ്ട്. എന്നാൽ ഇന്നേവരെ ആർക്കും ദാദിമയെ അനുസരിപ്പിക്കാൻ സാധിച്ചിട്ടില്ല. ഒരൊറ്റയാനെപ്പോലെ അവർ തന്റെ ലോകത്ത് വിഹരിച്ചു.

ആ ചെറുപ്പക്കാരനോട് കയർത്തു സംസാരിച്ച് കുറച്ചു കഴിഞ്ഞപ്പോൾത്തന്നെ ഗുണ്ടകളെന്നു തോന്നിച്ച രണ്ടുമൂന്നു പേർ അവർക്കരികിലേക്കു വന്നു. രാജു ഭായിയുടെ അടുത്തേക്ക് കൂട്ടിക്കൊണ്ടുപോകാൻ വന്നവരായിരുന്നു അവർ. അവരെ കണ്ടിട്ടും ദാദിമ കുലുങ്ങിയില്ല.

മര്യാദക്ക് വിളിച്ചിട്ടും അനങ്ങാതിരുന്ന ദാദിമയെ അവർ പിടിച്ചുവലിച്ച് റോഡിലേക്കിട്ടു. ദാദിമ ഉറക്കെ നിലവിളിച്ചു; കൂടെ രാധയും. ബഹളം കേട്ട് ആളുകൾ അടുത്തേക്ക് വന്നതോടെ രാജു ഭായിയുടെ ആൾക്കാർ സ്ഥലംവിട്ടു. പക്ഷേ, അന്നു മുതൽ ദാദിമ ആ മാഫിയ സംഘത്തിന്റെ ശത്രുവായി. രാജു ഭായിയുമായി ഏറ്റുമുട്ടരുതെന്ന് മറ്റ് ഭിക്ഷക്കാർ ദാദിമക്ക് താക്കീത് കൊടുത്തു; എന്നാലതൊന്നും അവർ കേട്ടഭാവംപോലും നടിച്ചില്ല.

രാജുഭായിയുടെ ആൾക്കാർ പകപോക്കാൻ തക്കം പാർത്തിരുന്നു. ദാദിമയെ അവർ വിടാതെ പിന്തുടർന്നു. ആ സ്ഥലത്തു നിന്നും മറ്റെവിടേക്കെങ്കിലും പോകാമെന്ന് രാധ ദാദിമയോട് കരഞ്ഞു പറഞ്ഞു. എന്നാൽ, അങ്ങനെ തോറ്റുകൊടുക്കാൻ പറ്റില്ലെന്ന വാശിയിൽ അവർ ഉറച്ചുനിന്നു. മാത്രമല്ല, അത്യാവശ്യം ഇംഗ്ലീഷ് ഭാഷയൊക്കെ പറയാൻ അറിയുന്നതു കൊണ്ട് അവിടെ വരുന്ന വിദേശസഞ്ചാരികളിൽ നിന്ന് നല്ലൊരു തുക ഭിക്ഷ യാചിച്ച് സമ്പാദിക്കുന്നുമുണ്ടായിരുന്നു. ദാദിമ രാജുഭായിയുടെ നോട്ടപ്പുള്ളിയാകാൻ അതുമൊരു കാരണമായി.

രാജുഭായിയുടെ ആൾക്കാരുടെ ശല്യം കൂടിക്കൂടിവന്നു. അനാശാസ്യപ്രവർത്തനങ്ങളും കൊല്ലും കൊലയുമെല്ലാം ചേർന്നൊരു വലിയ സംഘമാണതെന്ന് ദാദിമക്ക് മനസ്സിലായി. കൗമാരത്തിന്റെ നിഴലാട്ടങ്ങൾ കണ്ടുതുടങ്ങിയ രാധയേയും കൊണ്ട് ആ സ്ഥലത്ത് ഇനിയും തങ്ങുന്നത് അപകടമാണെന്ന് ഒടുവിൽ ദാദിമ തിരിച്ചറിഞ്ഞു. തൽക്കാലം അടുത്തുള്ള പോലീസ് സ്റ്റേഷൻ പരിസരത്തേക്ക് മാറിയിരിക്കാമെന്ന് തീരുമാനമായി. കുറച്ചുദിവസംകൂടി അവിടെ തങ്ങി പണം സമ്പാദിച്ച് മറ്റൊരിടം തേടാം.....

പക്ഷേ, ദാദിമക്ക് ആ വെളിപാടൊക്കെ വന്നപ്പോഴേക്കും കാര്യങ്ങൾ കൈവിട്ടു പോയിരുന്നു.

ഒരു രാത്രി ദാദിമയുടെ സകല സമ്പാദ്യങ്ങളും നിറച്ച ഭാണ്ഡക്കെട്ട് രാജു ഭായിയുടെ കൂട്ടത്തിൽനിന്നുമുള്ള ചിലർ വന്ന് തട്ടിയെടുത്തു. ഏത് ഉറക്കത്തിലാണെങ്കിലും തന്റെ ഭാണ്ഡക്കെട്ട് അനങ്ങിയാൽ ദാദിമ അറിയും. അവർ ഉറക്കെ വിളിച്ചുകൂവി. അടുത്തുകിടന്നിരുന്ന മറ്റ് ഭിക്ഷാടകരും ഉണർന്നു. അവിടെ വലിയൊരു ഭൂകമ്പം തന്നെയുണ്ടാക്കി ദാദിമ. പോലീസ് സ്റ്റേഷന് തൊട്ടടുത്തായിരുന്നതുകൊണ്ട് മോഷ്ടാക്കളിൽ ഒരാൾ പോലീസിന്റെ പിടിയിലുമായി.

ആ രാത്രിയിലെ സംഭവത്തോടുകൂടി എരിതീയിൽ എണ്ണയൊഴിച്ച പോലെയായി കാര്യങ്ങൾ. കൈയ്യോടെ പിടിച്ച കള്ളനെ അയാൾ ചെയ്യാത്ത മറ്റു പല കുറ്റങ്ങളും ചാർത്തി പോലീസ് ലോക്കപ്പിലിട്ടു. രാജുഭായിയെക്കുറിച്ചുള്ള പല രഹസ്യങ്ങളും പോലീസ് അയാൾ വഴി ചോർത്തിയെടുക്കുകയും ചെയ്തു. അതോടെ ദാദിമയോടുള്ള രാജുഭായിയുടെ ദേഷ്യവും വാശിയും പരകോടിയിലെത്തി. സ്റ്റേഷനതിർത്തി വിടാൻപോലുമാവാത്ത വിധത്തിൽ അവർ ദാദിമയെ വളഞ്ഞു.

എത്രയും പെട്ടെന്ന് രക്ഷപ്പെട്ടില്ലെങ്കിൽ ജീവൻപോലും അപകടത്തിലാകുമെന്നനില. ബസ്സ്റ്റാൻഡ്കുറച്ചകലെയുമാണ്. പകൽ

സമയം രാജുഭായിയുടെ ആൾക്കാരുടെ കണ്ണുവെട്ടിച്ച് ഒരുവിധത്തിലും ബസ് സ്റ്റാൻഡിൽ എത്തിപ്പെടാൻ സാധിക്കില്ലെന്നായി. ഒടുവിൽ, ഒരു സൈക്കിൾ റിക്ഷക്കാരൻ സഹായത്തിനെത്തി. ആ റിക്ഷയിൽ രാത്രിയുടെ മറവിൽ നഗരം വിടാൻ ദാദിമ തീരുമാനിച്ചു. പോലീസ് സ്റ്റേഷൻ പരിസരത്ത് തമ്പടിച്ചതിനുശേഷം പരിചയത്തിലായതാണ് ആ റിക്ഷാക്കാരനെ.

ആജാനബാഹുവായ അയാളുടെ ചുവന്നുതുടുത്ത കണ്ണുകളിലേക്ക് നോക്കാൻപോലും രാധ ഭയപ്പെട്ടു. അയാൾ ഒരു റിക്ഷാക്കാരൻ മാത്രമായിരുന്നോ എന്നുമറിയില്ല. പക്ഷേ, ദാദിമ അയാളെ വിശ്വസിച്ചു. രാജുഭായിയുടെ സംഘത്തിന്റെ പിടിച്ചുപറിയിൽ നിന്ന് ദാദിമയെ രക്ഷിക്കാൻ അന്ന് രാത്രി ആ റിക്ഷാക്കാരനുമുണ്ടായിരുന്നു. അയാൾ ആ സമയത്ത് വന്നില്ലായിരുന്നെങ്കിൽ ദാദിമക്ക് തന്റെ ഭാണ്ഡം നഷ്ടപ്പെട്ടേനെ. ആരുമറിയാതെ അവിടെനിന്നും സ്ഥലം വിടാനുള്ള വഴി പറഞ്ഞുകൊടുത്തതും അയാൾതന്നെ.

നഗരം ഇരുളിലാണ്ടപ്പോൾ ആ സൈക്കിൾ റിക്ഷയിൽ ദാദിമ രാധയെയും കൊണ്ട് നാഗരാതിർത്തി കടന്നു. അവിടെയുള്ള ഏതെങ്കിലും ബസ് സ്റ്റാൻഡിൽ ഇറങ്ങി കാലത്തുള്ള ബസ്സ് പിടിച്ച് വേറെയെങ്ങോട്ടെങ്കിലും പോയാൽ മതിയെന്ന് അയാൾ പറഞ്ഞു.

ഇരുളിൽ ഏതൊക്കെയോ വഴികളിലൂടെ അയാൾ റിക്ഷ ചവുട്ടി. പതിവുപോലെ കാറ്റ് മുഖത്തടിച്ചതും ദാദിമ ഉറക്കത്തിലായി. രാധ ഉറക്കം വരാതെ പുറത്തേക്ക് നോക്കിയിരുന്നു.

പ്രധാനപാതയിൽ നിന്നും ഒരു ഊടുവഴിയിലേക്ക് അയാൾ വണ്ടിയിറക്കി. വീണ്ടും കുറെ ദൂരം പോയി.

“എവിടേക്കാണിയാൾ കൊണ്ടുപോകുന്നത്?” ഭയന്നുപോയ രാധ ദാദിമയെ കുലുക്കി വിളിക്കാൻ ശ്രമിച്ചു. പാതിഉറക്കത്തിൽ അവളെ ചീത്തവിളിച്ച് അവർ വീണ്ടും തിരിഞ്ഞു കിടന്നു.

എന്നാൽ, അൽപസമയം കഴിഞ്ഞപ്പോൾ ദാദിമ ഉണർന്നു.

അവർക്കുണരാതെ തരമില്ലല്ലോ..

ദാദിമയുടെ തലക്കു കീഴെ വച്ചിരിക്കുന്ന ഭാണ്ഡത്തിൽ മറ്റൊരു കൈ വീണാൽ എത്ര ഗാഢമായ ഉറക്കത്തിലാണെങ്കിലും ആ നിമിഷം അവരുണരും. റിക്ഷാക്കാരന്റെ കൈ ഭാണ്ഡത്തിൽ വീണതും ദാദിമ ഞെട്ടിയെഴുന്നേറ്റ് ഭാണ്ഡം കൈയ്യിലടുക്കിപ്പിടിച്ചു.

അവർ ചുറ്റും നോക്കി....

റിക്ഷ വിജനമായ ഒരു കുറ്റിക്കാടിനരുകിൽ നിർത്തിയിട്ടിരിക്കുന്നു. പരസ്പരം കാണാൻ മാത്രമുള്ളൊരാ രാത്രിവെട്ടത്തിൽ റിക്ഷക്കാരന്റെ മറ്റൊരു മുഖം കണ്ടവർ നടുങ്ങി.

കാറ്റിന്റെ കാതുതുളക്കുന്ന ചൂളം വിളിയല്ലാതെ അവിടെ മറ്റു ശബ്ദങ്ങളൊന്നുമില്ല.

ഭയപ്പെടുത്തുന്നൊരു ഉൾവിളിയാലെന്നപോലെ ദാദിമ പെട്ടെന്ന് അലറിവിളിച്ചു.

"ബചാവോ... ബചാവോ....." ഭീതിതമായ ആ നിശബ്ദതയിൽ അവരുടെ നിലവിളി ഒരു പ്രതിധ്വനിയായി തിരികെവന്നതല്ലാതെ മറ്റൊരു ശബ്ദവും അവരെത്തേടിയെത്തിയില്ല.

രാധ ദാദിമയെ അള്ളിപ്പിടിച്ചു നിന്നു. ജീവിതത്തിലാദ്യമായി അവർ അവളെ തന്റെ മാറോടു ചേർത്തുനിർത്തി; അവളുടെ നെറുകയിൽ തലോടി ആശ്വസിപ്പിക്കാൻ വൃഥാ ശ്രമിച്ചു.

രാധയെ ചേർത്തുപിടിച്ച് ഓടി രക്ഷപ്പെടാൻ ദാദിമ ശ്രമിച്ചെങ്കിലും ആജാനുബാഹുവായ ആ റിക്ഷാക്കാരൻ അവരെ വട്ടംപിടിച്ചു.

ദാദിമ തന്റെ ജീവനേക്കാൾ വലുതായി കൊണ്ടുനടന്നിരുന്ന ഭാണ്ഡക്കെട്ട് അയാൾക്കെറിഞ്ഞുകൊടുത്തു. ക്രൂരമായൊരു ചിരിയോടെ അയാളതു തട്ടിയെറിഞ്ഞു.

അടുത്തേക്കു വരുന്ന അയാളുടെ വിയർപ്പിന്റെ ദുർഗന്ധത്തിൽ മറ്റേതോ വന്യഗന്ധം കലർന്നിരുന്നു..

അയാളുടെ കണ്ണുകളിൽ തീയാളിയിരുന്നു..

"ബചാവോ...." ദാദിമ ഉറക്കെ കരഞ്ഞു.

ദാദിമയുടെ കഴുത്തിൽ അയാളുടെ പിടിവീണു. ഒരുവട്ടംകൂടി നിലവിളിക്കാൻ ശക്തിയില്ലാതെ ദാദിമ വിറങ്ങലിച്ചുനിന്നു.

അയാൾ ഒന്നിൽ നിന്നും പലതായി പൊട്ടിയടർന്ന് പർവ്വതാകാരം പൂണ്ടു. കുറ്റിക്കാടിനെ ചുഴറ്റിയടിച്ചുവരുന്ന കാറ്റിന്റെ സിരകളിൽപ്പോലും വന്യത.

ഒരു വലിയ ചുഴിക്കകത്തു പെട്ടപോലെ ശബ്ദംപോലും തൊണ്ടയിൽ കുരുങ്ങി തികച്ചും നിസ്സഹായയായി രാധ മേലേക്കുനോക്കി. ഭൂമിയുമാകാശവും അവൾക്കുചുറ്റും നിലക്കാതെ കറങ്ങി.

"മാ..."

രാത്രിയുടെ അവസാനയാമങ്ങളിലെപ്പൊഴോ ദാദിമയുടെ ദയനീയമായൊരു ഞരക്കം രാപ്പക്ഷി കണക്കെ ആകാശത്തേക്കുയർന്ന് നേർത്തുനേർത്ത് ചക്രവാളസീമകളിൽ മറയുന്നത് രാധ അവളുടെ അബോധതലങ്ങളിലറിഞ്ഞു...

11

കൺപോളകൾ പറന്നുപോയിരിക്കുന്നു...

കൈകാലുകളടർന്നിരിക്കുന്നു...

ശരീരമില്ലാതെ ആകാശത്തേക്ക് വിടർന്നിരിക്കുന്ന രണ്ടു കണ്ണുകൾ മാത്രം. തെളിഞ്ഞ ആകാശത്തിലൂടെ പറന്നകലുന്ന പക്ഷികളെ കാണാം. അതെ.. കൃഷ്ണമണികൾ ചലിക്കുന്നുണ്ട്.

പക്ഷികൾ ചിലക്കുന്ന ശബ്ദം കേൾക്കാം... ആശ്വാസം... ചെവികളിപ്പോഴും അവിടെത്തന്നെയുണ്ട്.

അസഹ്യമായൊരു ദുർഗന്ധം കാറ്റിലൊഴുകി വരുന്നു; ഘ്രാണശക്തിയും നഷ്ടപ്പെട്ടിട്ടില്ല.

പതുക്കെ... വളരെ പതുക്കെ അവൾ തന്റെ ശരീരത്തിലെ ഓരോ ഭാഗങ്ങളേയും തിരിച്ചറിയുകയായിരുന്നു.

മെല്ലെമെല്ലെ കടുത്ത വേദന അവളിലെ ഓരോ രോമകൂപങ്ങളിലൂടെയും പുറത്തേക്കൊഴുകി. ഓർമയുടെ നേരിയ നാരുകൾ മുള്ളുകമ്പികൾ പോലെ അവളുടെ മനസ്സിലേക്ക് ആഞ്ഞിറങ്ങി. ആ വേദനയിലവൾ പുളഞ്ഞു, കൈകാലുകളിളക്കി. ബോധതലങ്ങൾ വേദനയെ തിരിച്ചറിഞ്ഞതോടെ ശരീരമുണർന്നു; മനസ്സും.

എങ്കിലും, പ്രഭാതമെന്നോ പ്രദോഷമെന്നോ തിരിച്ചറിയാനാകുന്നില്ല..

ആ കിടപ്പുതുടങ്ങിയിട്ട് എത്ര രാപ്പകലുകൾ കഴിഞ്ഞെന്നുമറിയില്ല.

ചുറ്റും കഴുകന്മാർ വട്ടമിട്ട് പറക്കുന്നു...

വേദന കടിച്ചമർത്തി രാധയെഴുന്നേൽക്കാൻ ശ്രമിച്ചു. ഏറെനേരത്തെ പരിശ്രമത്തിനു ശേഷം എങ്ങനെയൊക്കെയോ അവളെഴുന്നേറ്റിരുന്നു. കുറച്ചുദൂരെ ദാദിമ കിടക്കുന്നു. അവൾ മുട്ടിലിഴഞ്ഞ് ദാദിമക്ക് നേരെ നീങ്ങി.

ഭയാനകവും ദാരുണവുമായ കാഴ്ച!

ഒരൊറ്റ നിമിഷം കൊണ്ട് അവളുടെ മനസ്സ് വീണ്ടും മരവിച്ചു. ദാദിമയെ പിടിച്ചുകുലുക്കിനോക്കി; ഇല്ല... അനങ്ങുന്നില്ല.

ആ ശരീരം ഒരു ഉണങ്ങിയ മരത്തടിപോലെയായിരിക്കുന്നു. കണ്ണുകൾ തുറന്നിരിക്കുന്നു...

അവൾക്കാകാവുന്നത്രയും ഉറക്കെ വിളിച്ചു, "ദാദിമാ..."

വിളികേൾക്കുന്നില്ല... ആ ശരീരത്തിലൊരു തുണ്ടു തുണിയില്ല.. അനക്കമില്ല. കഴുകന്മാർ ചുറ്റും പറക്കുന്നു. ശരീരഭാഗങ്ങൾ പലതും കൊത്തിയടർത്തിയിരിക്കുന്നു. രാധയുടെ കണ്ണുകളിലിരുട്ടു പടർന്നു. അവൾ മണ്ണിലേക്ക് കമിഴ്ന്നടിച്ചു വീണു.

പിന്നെയും ഏറെനേരം കഴിഞ്ഞിരിക്കണം. അവൾ ആ മണ്ണിലേക്ക്.... മണ്ണിന്റെ ആഴങ്ങളിലേക്ക് കൺതുറന്നു. ഭൂമാറിലേക്കാണ്ടു പോയൊരു വേരിന്റെ അകക്കാമ്പിൽ നിന്നും ഇരുണ്ടുവരണ്ട മനസ്സിലേക്കൊരു ജലബിന്ദു ഇറ്റിവീണു. അദൃശ്യമായൊരാ ജലബിന്ദു അവളിലൊരു പെരുമഴയായി പെയ്തു. ആ കണ്ണുകൾ സജലങ്ങളായി... പിന്നെയത് രണ്ടു പുഴകളായി. ഓരോ രോമകൂപങ്ങളിലൂടെയും ജലമൊഴുകി. ഭ്രാന്തമായൊരു ശക്തിയിൽ അവൾ അവളുടെ ശരീരത്തിനെ വലിച്ചെഴുന്നേൽപ്പിച്ചു. മുടിവാരിക്കെട്ടി.

അനാഥമായി കിടന്നിരുന്ന ദാദിമയുടെ ഭാണ്ഡത്തിനരികിലേക്കവൾ നടന്നു. അത് മാറോടടുക്കിയവൾ അലറിക്കരഞ്ഞു. കീറിപ്പറിഞ്ഞ ആ ഭാണ്ഡത്തിനകത്തുനിന്നും ഒന്നുരണ്ടു തുണികൾ വലിച്ചെടുത്ത് ശരീരം മറച്ചു. അതിൽ ദാദിമയുടെ തുണികളല്ലാതെ മറ്റൊന്നുമില്ലായിരുന്നു. ജീവനേക്കാൾ വലുതായി ദാദിമ കൂടെക്കൊണ്ടുനടന്നിരുന്ന ആ പണപ്പെട്ടിയെവിടെ?

അവൾ ചുറ്റും നോക്കി...

അതെവിടെയുമില്ല.

തൊട്ടടുത്തുകിടന്നിരുന്ന അവളുടെ ചെറിയ സഞ്ചി ദാദിമയുടെ ഭാണ്ഡത്തിനകത്തേക്ക് കുത്തിനിറച്ച് അതും തൂക്കി അവൾ ആഞ്ഞുനടന്നു. ദൂരെ വാഹനങ്ങൾ പോകുന്ന ശബ്ദത്തിന് ചെവിയോർത്തു.

ഇന്നവളൊറ്റക്കാണ്..

ഒറ്റയ്ക്കൊരുത്തിയുടെ കാലുകൾക്ക് വേഗം കൂടും.

കണ്ണിന് കാഴ്ചയും കാതിന് കേൾവിയും കൂടും.

അവൾ ദിക്കും ദിശയുമറിയും.

തണലുകളില്ലാത്ത പാതയിലൂടെ സൂര്യതാപത്തിന്റെ തീക്കനൽ പേറി ജ്വലിക്കുന്ന മുഖത്തോടെ രാധ ലക്ഷ്യത്തിലേക്ക് നടന്നു. അവളുടെ വേദനകളിൽ വിയർപ്പുചാലുകൾ സാന്ത്വനമായൊഴുകി.

ഏറെ നടന്നിട്ടുണ്ടാവണം...

ഒടുവിൽ മൺവഴിയിൽ നിന്നും ടാറിട്ട റോഡിലെത്തി. വാഹനങ്ങൾ ഇരുഭാഗത്തേക്കും പോകുന്നതൊഴിച്ചാൽ തികച്ചും വിജനമായിരുന്നു ആ ഇടം. ഒരിറ്റു കുടിനീരിനായി അവൾ ചുറ്റും പരതി. മനുഷ്യന്റെ ചൂടും ചൂരുമില്ലാത്ത ആ വിജനതയിൽ ആരോടു ചോദിക്കാൻ. മൂക്കിനറ്റത്തു നിന്നും ചുണ്ടിലേക്കിറ്റി വീഴുന്ന വിയർപ്പുതുള്ളികൾ അവൾക്ക് ദാഹനീരായി.

നിരവധി വാഹനങ്ങൾ കടന്നുപോയി. നെഞ്ചോടടുക്കിപ്പിടിച്ച ഭാണ്ഡവുമായി നിൽക്കുന്ന അവളെ ആരും ശ്രദ്ധിച്ചില്ല. പിന്നെയും ഏറെനേരം ആ നിൽപ്പുതുടർന്നു. വിയർപ്പുപോലും വറ്റിപ്പോയൊരു നിമിഷത്തിൽ അവളവിടെ തളർന്നുവീണു. റോഡരികിലൊരു മനുഷ്യജീവി മരണത്തിനോട് മല്ലടിക്കുന്നതറിയാതെ വീണ്ടും ഒരുപാട് വാഹനങ്ങൾ ആ വഴിപോയി.

അവസാനം, അവൾക്കു മുന്നിലൂടെ കടന്നുപോയ ഒരു ജീപ്പ് കുറച്ചു ദൂരെ നിർത്തുകയും പതുക്കെ പുറകിലേക്ക് വരികയും ചെയ്തു. ഏതോ അജ്ഞാതകരങ്ങളാൽ അവൾ ഉയർത്തപ്പെട്ടു... കൊടുംചൂടിലേക്ക്, വിണ്ടുകീറിയ മണ്ണിന്റെ മാറിലേക്ക് ആദ്യമഴ പെയ്യുന്നപോലെ ഒരു കുപ്പിയിൽ നിന്നും പ്രാണജലം അവളുടെ തൊണ്ടയിലൂടെ അകത്തേക്കൊഴുകിയിറങ്ങി.

ജീവന്റെ അവസാന ശ്വാസത്തിൽ നിന്നും തൂവെള്ളച്ചിറകുകൾ വീശി ആ നിമിഷത്തിലവൾ ജീവിതത്തിലേക്ക് തിരിച്ചുപറന്നു..

ഒരു പുതിയ ലോകത്തിലേക്ക്..

പുതിയ ജന്മത്തിലേക്ക്.

ആരൊക്കെയോ ചേർന്ന് അവളെ ജീപ്പിലേക്ക് എടുത്തുകിടത്തി. മനുഷ്യസ്പർശത്തിൽ അവളുടെ ശരീരം തീകൊണ്ടെന്നപോലെ പൊള്ളി. അവൾക്കറിയാത്ത ഭാഷയിൽ അവർ എന്തൊക്കെയോ സംസാരിക്കുന്നത് അർദ്ധബോധാവസ്ഥയിലും അവൾ കേട്ടു. ഭയത്തിന്റെ സർപ്പഫണങ്ങൾ മനസ്സിനെ വീണ്ടും ആഞ്ഞുകൊത്തി. ആരുടെയോ മടിയിൽ കിടന്നവൾ പുളഞ്ഞു. ആ നിമിഷം നെറ്റിയിൽ മൃദുവായ, സ്നേഹമസൃണമായ ഒരു തലോടൽ അവളറിഞ്ഞു.

രാധ മെല്ലെ കണ്ണുതുറന്നു. കരുണാർദ്രമായ മിഴികളുമായി ഒരാൾ അവളുടെ മുടിയിഴകളെ തഴുകുന്നു.. രക്തം കട്ടപിടിച്ചു നിൽക്കുന്ന അവളുടെ മുറിവുകളിൽ അവർ മെല്ലെത്തലോടി. കരിഞ്ഞുണങ്ങിയ രാധയുടെ മുഖം ആ അമ്മമനസ്സ് മാറോടു ചേർത്തു. ആദ്യമായൊരു മനുഷ്യനെ കാണുന്നപോലെ അവരുടെ മുഖത്തേക്കവൾ കണ്ണിമയ്ക്കാതെ നോക്കി.

പിറന്നുവീണൊരു കുഞ്ഞെന്നപോലെ അപ്പോഴവൾ തൊണ്ടകീറിക്കരഞ്ഞു. അവളെ അവർ വീണ്ടും ചേർത്തുപിടിച്ചു.

നെറുകയിലുമ്മവച്ചു. ആദ്യമായി മുലപ്പാൽ നുണഞ്ഞ കുഞ്ഞിന്റെ ആലസ്യത്തിൽ മെല്ലെമെല്ലെ അവളാ മാറിൽ ചാഞ്ഞുറങ്ങി.

***

നിമിഷങ്ങൾ വീണ്ടും നിശബ്ദതയിലമർന്നു...

ഒഴുകിവന്നൊരു കാറ്റിൽ എങ്ങോ പെയ്തൊരു മഴയുടെ മണവും കുളിരുമുണ്ടായിരുന്നു. തെങ്ങോലകളുടെ ചിണുക്കങ്ങളുണ്ടായിരുന്നു. കബീർ മെല്ലെയെഴുന്നേറ്റ് ആനന്ദമ്മയുടെ അടുത്തേക്കു വന്നു. നിലത്തിരുന്ന് ആ മടിയിലേക്ക് തലചായ്ച്ചു. മറ്റാരുടെയോ കഥയിലൂടെ കബീർ ഒരുനിമിഷത്തേക്ക് സ്വന്തം ബാല്യത്തെ തൊട്ടടുത്തു കണ്ടിരിക്കണം.

“ആരായിരുന്നു അമ്മാ അത്?” കബീറിന്റെ സ്വരം ആ നിശബ്ദതയിൽ മുഴങ്ങി.

“അറിയില്ല കബീറെ... ആ കുറച്ചു നിമിഷങ്ങളിലല്ലാതെ രാധ പിന്നീടൊരിക്കലും അവരെ കണ്ടിട്ടില്ല. അങ്ങനെയൊരാൾ സത്യമായിരുന്നോ മിഥ്യയായിരുന്നോ എന്നുപോലുമറിയില്ല. പൂരിപ്പിക്കപ്പെടാത്ത സമസ്യയായി ആ മുഖം അവളുടെ മനസ്സിൽ എന്നും മായാതെ നിന്നു.”

“അമ്മാ... ചില നിമിഷങ്ങൾ അങ്ങനെയാണ്. പ്രപഞ്ചശക്തി അപ്പാടെ പ്രതിഫലിക്കുന്ന നിമിഷങ്ങൾ. എന്റെ അമ്മ എന്നെക്കണ്ടെത്തി രക്ഷിച്ചെടുത്തതുപോലെയുള്ള നിമിഷങ്ങൾ.”

കബീറിന്റെ തലമുടിയിലൂടെ വിരലോടിച്ചിരിക്കവെ സ്വയമറിയാതെ ആനന്ദമ്മ അവനെ ചേർത്തുപിടിച്ച് ആ നെറ്റിയിൽ ചുംബിച്ചു.

കബീർ അമ്മയുടെ മടിയിലേക്ക് ഒന്നുകൂടി ചുരുണ്ടുകൂടിക്കിടന്നു.

ഒരു ജീവനെ ജനിപ്പിക്കാൻ പത്തുമാസം വേണമെന്ന് ആരുപറഞ്ഞു? മരണക്കയത്തിലേക്ക് ആണ്ടുപോകുന്ന ഏതൊരു ജീവനെയും തിരിച്ചുപിടിച്ച് അതിനീഭൂമിയിൽ മറ്റൊരു ജന്മം നൽകാനായാൽ അതൊരു പുതിയ പിറവിയാണ്. അവിശ്വസനീയമായ പ്രപഞ്ച മാന്ത്രികതയുടെ ചില അതിഗൂഢനിമിഷങ്ങൾ.

12

ജനൽ തിരശ്ശീലകൾ ഉലയുന്ന ശബ്ദം കേട്ടിട്ടാവണം രാധ മെല്ലെയുണർന്നു. വെളിച്ചം അവളുടെ അടഞ്ഞ കൺപോളകൾക്കിടയിലൂടെ അരിച്ചുകയറി. ഘനം തൂങ്ങിയ കൺപീലികൾ തുറക്കാൻ ഇത്തിരി ബുദ്ധിമുട്ടിയെങ്കിലും അവൾ പതിയെ കണ്ണുതുറന്നു.

എവിടെയാണെന്നോ, എങ്ങനെ അവിടെ എത്തിപ്പെട്ടെന്നോ ഒന്നും തിരിച്ചറിയാനാവാതെ രാധ പകച്ച കണ്ണുകളോടെ ചുറ്റും നോക്കി.

ഒരു ആശുപത്രി മുറിയിലാണ് താൻ കിടക്കുന്നതെന്ന് മനസ്സിലാക്കാൻ അവൾ വീണ്ടും കുറച്ചുസമയമെടുത്തു. അവളുടെ ശരീരത്തിൽ പല ഭാഗങ്ങളിലും ബാൻഡേജ് ഇട്ടിരിക്കുന്നു. കട്ടിലിനരികിലെ സ്റ്റാൻഡിൽ തൂക്കിയിട്ട കുപ്പിയിൽ നിന്നും മരുന്ന് തുള്ളികളായി അവളുടെ ഞരമ്പുകളിലേക്ക് ഒഴുകിക്കൊണ്ടിരുന്നു. ജടപിടിച്ച് വൃത്തിഹീനമായി കിടന്നിരുന്ന മുടി കഴുത്തറ്റം നീളത്തിൽ വൃത്തിയായി വെട്ടി ഒതുക്കിവച്ചിരിക്കുന്നു. വൃത്തിയുള്ള ഉടുപ്പിട്ടിരിക്കുന്നു.

ഒരു സ്വർഗ്ഗരാജ്യത്തിലെന്ന പോലെ അവൾ ചുറ്റും നോക്കി. എന്തൊക്കെ കാഴ്ച്ചകളാണ് മുന്നിൽ.. അവിശ്വസനീയം!

അത്രയും ശാന്തമായ, വൃത്തിയും വെടിപ്പുമുള്ള ഇടങ്ങളൊന്നും അന്നേവരെ അവൾ കണ്ടിട്ടില്ല. ആശുപത്രിയിലേക്ക് ആളുകൾ വരുന്നതും പോകുന്നതുമെല്ലാം ദൂരെനിന്ന് നോക്കിനിന്നിട്ടുണ്ട് എന്നതല്ലാതെ ജീവിതത്തിലൊരിക്കലും അവൾ ഒരാശുപത്രിക്കകം കണ്ടിട്ടില്ലായിരുന്നു. ആശ്ചര്യത്തോടെ അവൾ മുറിയിൽ അങ്ങോളമിങ്ങോളം നോക്കി. മരുന്നുകളുടെയും ആന്റിസെപ്റ്റിക്കുകളുടെയും മണം ആവോളമാസ്വദിച്ചു; പലതരം

സുഗന്ധങ്ങൾ പരക്കുന്ന ഒരു പൂങ്കാവനത്തിലെത്തിയപോലെ രാധയുടെ മനം കുളിർത്തു.

പലനിറങ്ങളിലുള്ള മരുന്നുകുപ്പികളും സ്ട്രിപ്പുകളും ഭംഗിയായി അടുക്കിവച്ചിരിക്കുന്നു. കട്ടിലിലെ വിരിപ്പും പുതച്ചിരിക്കുന്ന പുതപ്പുമെല്ലാം അവൾ അതിശയത്തോടെ തൊട്ടുനോക്കി. പതുപതുത്ത തലയിണയുടെ സുഖം അവൾ ആദ്യമായറിഞ്ഞു.

അത്ഭുതങ്ങൾ നിറഞ്ഞൊരു ദ്വീപിലെത്തിയ പ്രതീതിയായിരുന്നു അവൾക്ക്. മെഡിക്കൽ ഉപകരണങ്ങളുടെ മുഴക്കവും മോണിറ്ററുകളുടെ ബീപ് ശബ്ദവും അവൾ കൗതുകത്തോടെ കേട്ടു. മറ്റേതോ ലോകത്തിലെത്തിപ്പെട്ടപോലെ രാധ ചുറ്റും നോക്കി. ഓവർഹെഡ് ലൈറ്റുകളുടെ വെളിച്ചം.. ടൈൽസ് പാകിയ മിനുസമുള്ള തറയുടെ തിളക്കം.. മുകളിൽ ഫാൻ കറങ്ങുന്നു. ആ കാറ്റിൽ ഉലയുന്ന കർട്ടനുകൾ.. അങ്ങനെയങ്ങനെയെന്തെല്ലാം!

ആ സുന്ദരമായ കാഴ്ചകളിൽ അവൾ വേദനകൾ മറന്നു.. സ്വയംമറന്നു!

നേഴ്സുമാരും ഡോക്ടർമാരും അരികിലേക്കുവന്ന് ശ്രദ്ധയോടെ തൊട്ടും തലോടിയും പരിചരിക്കുന്നതു കണ്ടപ്പോൾ ആദ്യമവൾ ഭയന്നെഴുന്നേൽക്കാനാണ് ശ്രമിച്ചത്. അവർ വാത്സല്യത്തോടെ മരുന്നുകൾ കഴിപ്പിക്കുമ്പോൾ ഒരു പൂച്ചക്കുഞ്ഞിന്റെ പകച്ച മുഖമായിരുന്നു അവൾക്ക്. ഡോക്ടറുടെ കഴുത്തിലെ സ്റ്റെതസ്കോപ് ഒരു സർപ്പഫണമായാണ് രാധക്കാദ്യം തോന്നിയത്. ഡോക്ടർ സ്റ്റെതസ്കോപ്പ് ഉയർത്തി അടുത്തേക്ക് വരുന്തോറും അവൾ പേടിച്ച് പുറകിലേക്കു നീങ്ങി.

ദിവസങ്ങൾ കടന്നുപോകുന്തോറും എല്ലാവരെയും പോലെ താനും ഒരു സാധാരണ മനുഷ്യനാണെന്ന സത്യം രാധ മനസ്സിലാക്കിത്തുടങ്ങി.

അഴുക്കുചാലുകളുടെയും മാലിന്യക്കൂമ്പാരങ്ങളുടെയും ദുർഗന്ധങ്ങളിൽ നിന്ന്, വിശന്നൊട്ടിയ വയറിന്റെ മരവിപ്പുകളിൽ നിന്ന്, ആട്ടിയിറക്കി അകറ്റിനിർത്തിയവരിൽ നിന്ന്, ഭിക്ഷാടകയുടെ പ്രാകൃത രൂപത്തിൽ നിന്ന് അവൾ പതിയെപ്പതിയെ പുറത്തുവന്നു.

ശലഭക്കൂടിൽ നിന്നും മനോഹരിയായൊരു ശലഭക്കുഞ്ഞ് ജീവിതത്തിലേക്ക് വർണ്ണച്ചിറകുകൾ വീശി; ഒരായിരം പുഷ്പങ്ങൾ അവൾക്കായി വിടർന്നുനിന്നു.

കഥയുടെ അടരുകൾ ഓരോന്നായി അടർന്നുവീണു.

ആനന്ദമ്മയുടെ മടിയിൽ തലചായ്ച്ചിരുന്നിരുന്ന കബീർ ഒരു ദീർഘനിശ്വാസത്തോടെ എഴുന്നേറ്റ് കസേരയിലേക്ക് ചാഞ്ഞിരുന്നു.

പുറത്ത് ആകാശം ഇരുണ്ടുതുടങ്ങിയിരിക്കുന്നു.

"മണി എട്ടാകുന്നു ആനന്ദമ്മാ... ഭക്ഷണം കഴിക്കണ്ടേ?" ക്ലോക്കിലേക്ക് നോക്കി ഭദ്ര പെട്ടെന്നു ചോദിച്ചു.

"ആഹ്.. എന്നാൽ ഇനി അതു കഴിഞ്ഞിട്ടാകാം ബാക്കി കഥ."

"പിന്നീടങ്ങോട്ട് രാധക്ക് സന്തോഷത്തിന്റെ നാളുകളായിരുന്നോ അമ്മാ?" ആനന്ദമ്മയെ കസേരയിൽ നിന്നും പിടിച്ചെഴുന്നേൽപ്പിക്കുന്നതിനിടെ കബീർ ചോദിച്ചു.

"അങ്ങനെപറയാൻപറ്റില്ല... ദുഃഖത്തിനുംസന്തോഷത്തിനുമൊന്നും ഒരിക്കലും രാധ മുഴുവനായും പിടികൊടുത്തിരുന്നില്ല. കഴിഞ്ഞ കാലത്തിന്റെ കനലുകൾ എക്കാലവും അവളിൽ കെടാതെയെരിഞ്ഞു. ആ കനലിന്റെ ചൂടിൽ ആർക്കും അവളിലേക്ക് കൂടുതൽ അടുക്കാനായില്ല... ഉള്ളുതൊടാനായില്ല."

ഓളപ്പരപ്പിലെ പൊങ്ങുതടിപോലെ ജീവിതത്തിന്റെ അലയടികൾക്കൊപ്പം രാധ പൊങ്ങിയും താണും ഒഴുകിനടന്നു. എന്നുമവൾ അവളായിത്തന്നെയിരുന്നു. കാണേണ്ടത് കണ്ടും

അറിയേണ്ടത് അറിഞ്ഞും സ്വയം കൂട്ടിയും കിഴിച്ചും ഗണിച്ചും സ്വന്തം പാതകൾ വെട്ടിത്തെളിച്ചു.

പിന്നീടങ്ങോട്ട് ആ ഒറ്റയ്ക്കൊരുത്തിയുടെ യാത്രകൾക്ക് വെളിച്ചം പകരാൻ എപ്പോഴും എവിടെനിന്നൊക്കെയോ മിന്നാമിനുങ്ങുകൾ പറന്നെത്തി.

ഒരാൾക്കും എന്നും ഇരുട്ടിന്റെ തടവറ മാത്രം നൽകാൻ ഈ ലോകത്തിനാവില്ലല്ലോ!

"ആശുപത്രിയിൽ പിന്നീട് രാധക്കെന്തു സംഭവിച്ചു?" ഡൈനിങ്ങ് ടേബിളിനരികിലെ കസേര പുറകിലേക്ക് നീക്കിയിട്ടുകൊണ്ട് കബീർ അടുത്ത ചോദ്യത്തിലേക്ക് കടന്നു.

"രാധയെ ആശുപത്രിയിൽ കൊണ്ടുവിട്ടത് ആരായാലും അവർ നിസ്സാരക്കാരാവാൻ വഴിയില്ല. സമൂഹത്തിൽ ഉന്നതമായ സ്ഥാനത്തിരിക്കുന്ന ആരൊക്കെയോ തന്നെയാവണം. അവളുടെ കാര്യത്തിൽ യാതൊരു വിട്ടുവീഴ്ചയും പാടില്ലെന്ന് തീർച്ചയായും അവർ ശുപാർശ ചെയ്തിരിക്കണം. അവളുടെ സംരക്ഷണത്തിനു വേണ്ടിയുള്ള കാര്യങ്ങളെല്ലാം ചെയ്തിട്ടുണ്ടാവണം. അതല്ലാതെ രാധക്ക് അവിടെ അത്രയും വലിയ പരിഗണന കിട്ടാൻ യാതൊരു വഴിയുമില്ല. "

മനസ്സിന്റെ അന്തരാളങ്ങളിൽ ആരോരുമറിയാതെ കത്തിപ്പടരുന്ന തീവ്രദുഃഖങ്ങളും അതിൽ തെല്ലും തളരാത്ത പ്രതീക്ഷകളും കണ്ണും കരളുമെത്താത്ത ഏതൊക്കെയോ ദൂരങ്ങളിൽ നാമറിയാതെ പ്രതിഫലിക്കുന്നുണ്ട്. ആരൊക്കെയോ അത് തിരിച്ചറിയുന്നുണ്ട്.

പ്രപഞ്ചത്തിന്റെ അതിഗൂഢനിയമങ്ങൾ അങ്ങനെയാണ്! അല്ലായിരുന്നെങ്കിൽ രാധ ജീവിതത്തിലേക്ക് മടങ്ങിവരില്ലായിരുന്നു.

അതും, ഇത്രയും രാജകീയമായി!

പ്രപഞ്ചസത്യങ്ങളുടെ നിഗൂഢതകളിലേക്ക് താണിറങ്ങുന്നപോലെ ആനന്ദമ്മയുടെ കണ്ണുകൾ കൂമ്പി.

ഭദ്ര അടുക്കളയിൽനിന്നും ഭക്ഷണം ചൂടാക്കി കൊണ്ടുവരികയും പ്ളേറ്റുകളിൽ വിളമ്പുകയും ചെയ്തു. ആനന്ദമ്മ വളരെ സാവധാനം ഭക്ഷണം കഴിച്ചുതുടങ്ങി. ഇതിനിടയിലെല്ലാം കഥയുടെ ചുരുളുകൾ അഴിഞ്ഞുവീണുകൊണ്ടേയിരുന്നു.

ആശുപത്രി ജീവനക്കാരുമായി രാധ മെല്ലെ ഇണങ്ങി. അവരുടെ ഭാഷ അവൾക്കൊരു പ്രശ്നമായിരുന്നില്ല. സ്വന്തം മാതൃഭാഷ എന്തെന്നറിയില്ലെങ്കിലും വൈവിധ്യമാർന്ന ഒരുപാട് ഭാഷകൾ കേട്ടുപരിചയിച്ച ആളാണവൾ. അതുകൊണ്ടായിരിക്കണം ആളുകൾ പറയുന്നതെന്ത് എന്നതിനേക്കാൾ അവർ മനസ്സിലുദ്ദേശിക്കുന്നതെന്ത് എന്ന് മനസ്സിലാക്കാൻ അവൾക്കു സാധിച്ചിരുന്നത്. സൂക്ഷ്മമായ ആ നിരീക്ഷണപാടവം തന്നെയായിരുന്നു അവളുടെ ഏറ്റവും വലിയ ശക്തിയും സമ്പാദ്യവും.

രാധയുടെ ആരോഗ്യം അത്യാവശ്യം മെച്ചപ്പെട്ടപ്പോൾ നിയമപ്രകാരമുള്ള കാര്യങ്ങൾ നിർവഹിക്കപ്പെട്ടു. പോലീസ് മേധാവികളും സൈക്കോളജിസ്റ്റും അവളിൽ നിന്ന് വിവരങ്ങൾ ശേഖരിച്ചു. ഇംഗ്ലീഷും ഹിന്ദിയും കലർന്ന ഭാഷയിൽ അവൾ അവരുടെ ചോദ്യങ്ങൾക്കെല്ലാം വ്യക്തമായി മറുപടി പറഞ്ഞു. എന്നാൽ, വ്യക്തിപരമായ വിവരങ്ങൾ ശേഖരിക്കാനുള്ള ചോദ്യങ്ങൾക്കു മുന്നിൽ ‘രാധ’ എന്നൊരു പേരല്ലാതെ മറ്റൊന്നും അവൾക്ക് പറയാനില്ലായിരുന്നു.

സ്വന്തം വയസ്സോ, രക്ഷിതാക്കളെക്കുറിച്ചുള്ള വിവരങ്ങളോ, ജന്മസ്ഥലമോ, മാതൃഭാഷയോ ഒന്നും എന്തെന്നറിയാത്ത അവൾ അവളെക്കുറിച്ച് എന്തുപറയാൻ?

ഒടുവിൽ, പലവിധത്തിലുള്ള വൈദ്യപരിശോധനകളിലൂടെ രാധയുടെ പ്രായം പതിനഞ്ച് എന്ന് തീരുമാനമായി. രാധയുടെ

മാനസികമായ തിരിച്ചുവരവിന് കൗൺസിലിങ് തെറാപ്പികൾ തീരുമാനിക്കപ്പെട്ടു.

ആ വലിയ ആശുപത്രിക്കെട്ടിടത്തിന്റെ പലഭാഗങ്ങളിലായിരുന്നു അതാത് വകുപ്പുകളുടെ സെന്ററുകൾ. അതിൽ പല ഡിപ്പാർട്ടുമെന്റുകളിലേക്കും രാധയെ പരിശോധനകൾക്കായി നേഴ്സുമാർ കൊണ്ടുപോകുമായിരുന്നു. എവിടേക്കുപോകുമ്പോഴും കൈയ്യിൽ അവളുടെ ഭാണ്ഡവും കാണും. ഈ ഭൂമിയിലെ അവളുടെ ആദ്യജന്മത്തിന്റെ ബാക്കിപത്രമായി ആ സഞ്ചി അവളെപ്പോഴും കൂടെക്കൊണ്ടുനടന്നു.

ഒരുദിവസം കൗൺസിലിങ്ങിനിടെ ഡോക്ടർ അവളോട് സ്നേഹപൂർവ്വം ചോദിച്ചു:

"രാധാ... ആ സഞ്ചി ഒന്ന് തുറന്നു കാണിക്കാമോ?"

മടിച്ചുമടിച്ചാണെങ്കിലും ഡോക്ടർക്ക് മുന്നിൽ അവളത് തുറന്നു.

ആ സഞ്ചിക്കുള്ളിൽനിന്ന് നിന്ന് അവൾ പുറത്തെടുത്ത സാധനങ്ങൾ കണ്ട് ഡോക്ടർ അതിശയിച്ചുപോയി. കുറെ ചെറിയ ഡപ്പികൾ. അതിൽ കുപ്പിവളകൾ, പാദസരങ്ങൾ, കമ്മലുകൾ, പലനിറത്തിലുള്ള ചാന്തുപൊട്ടുകൾ..

ഡോക്ടർ കൗതുകത്തോടെ ഓരോന്നെടുത്തു നോക്കി. പക്ഷേ, അവരെ അതിശയിപ്പിച്ചത് മറ്റൊരു കാര്യമായിരുന്നു. ആ അതിശയം അവർ മറച്ചുവച്ചതുമില്ല:

"ഈ വളകളെല്ലാം ചെറുതാണല്ലോ രാധാ..? "

"എല്ലാം പഴയതാണ്.." അവൾ പറഞ്ഞു.

"ഇനിയും ഇതൊക്കെ സൂക്ഷിച്ചുവച്ചിട്ട് എന്തുകാര്യം? എല്ലാം ചെറുതായിപ്പോയില്ലേ?

"പുതിയത് കിട്ടിയാലും ഞാനിത് കളയില്ല." അവളുടെ മറുപടി കേട്ട് ഡോക്ടർ ആ മുഖത്തേക്ക് സൂക്ഷിച്ചു നോക്കി.

രാധ സഞ്ചിയിൽ നിന്ന് മറ്റൊരു ഡപ്പി പുറത്തേക്കെടുത്തു. അതിൽ മോതിരങ്ങളായിരുന്നു. ചുവന്ന നിറത്തിലുള്ള മോതിരങ്ങൾ. ആ മോതിരങ്ങൾക്കു മുകളിലെ സ്വർണനിറമുള്ള ചിത്രത്തിലേക്ക് ഡോക്ടർ സൂക്ഷിച്ചു നോക്കി. അതൊരു ദൈവത്തിന്റെ ചിത്രമാണെന്ന് അവർക്ക് മനസ്സിലായി.

"ഇത് ഏത് ദൈവം?"

"ഗുരാപ്പാ.."

രാധ പറഞ്ഞത് ആ രാജസ്ഥാനി ഡോക്ടർക്ക് മനസ്സിലായില്ല. ആ ദൈവത്തിനെക്കുറിച്ചോ, സ്ഥലത്തിനെക്കുറിച്ചോ കൃത്യമായി പറയാൻ രാധക്കുമറിയില്ലായിരുന്നു. നിരന്തരമായ യാത്രകൾക്കിടയിൽ ഒരുപാട് സ്ഥലങ്ങളിൽ തങ്ങിയിട്ടുണ്ടെങ്കിലും അവൾ കണ്ട ലോകം വലുതായിരുന്നില്ല; എല്ലാം ഇടുങ്ങിയ, ഇരുണ്ട ലോകങ്ങൾ. അവയെല്ലാം കാഴ്ചയിലും കേൾവിയിലും ഒരുപോലെയിരുന്നു.

ഭിക്ഷക്കാരുടെ നേരെയുള്ള ആളുകളുടെ മുഖഭാവങ്ങൾക്ക് ദേശ-ഭാഷാ വ്യത്യാസങ്ങളില്ല.. സംശയത്തിന്റെയും അവജ്ഞയുടെയും ഒഴിവാക്കപ്പെടലുകളുടെയും മുന്നിൽ ഭിക്ഷാടകരുടെ ഭാവങ്ങൾക്കും മാറ്റമില്ല.

എത്തിച്ചേരുന്ന ഓരോ ഇടങ്ങളും രാധക്ക് ഒരുപോലെയായിരുന്നു. എങ്കിലും, ഒരിടത്തിനെക്കുറിച്ചുള്ള ഓർമകൾ മാത്രം രാധയുടെ മനസ്സിൽ മാണിക്യം പോലെ തിളങ്ങി നിന്നു.

അവളുടെ ഗുരാപ്പായുടെ ഇടം.....

മുരുകന്റെ ഇടം..

മുരുകൻ കാണിച്ചുകൊടുത്ത കാഴ്ചകൾ..

മുരുകന്റെ കൂടെ ചിലവഴിച്ച കാലം..

അതെല്ലാം സത്യമോ മിഥ്യയോ എന്നുപോലും സംശയിച്ചുപോകും.. അത്രയും അവിശ്വസനീയമായിരുന്നു അവൾക്ക് ആ കാലം!

എങ്കിലും, നിരന്തരമായ യാത്രകൾക്കിടയിലെപ്പൊഴോ എത്തിപ്പെട്ട ആ സമാധാനത്തിന്റെ തുരുത്ത്.. അതെവിടെയായിരുന്നു? അവൾക്കറിയില്ലായിരുന്നു. അതവൾ ചോദിച്ചതുമില്ല... മുരുകൻ അവളോട് പറഞ്ഞതുമില്ല.

വിശപ്പിന്റെ വിളിയിൽ ലക്ഷ്യമില്ലാതെ അലഞ്ഞുതിരിയുന്നവർക്കെന്തു ഭൂമിശാസ്ത്രം! മേലെയാകാശം, താഴെ ഭൂമി. അല്ലാതെന്ത്!

രാധ ഓർമകളിൽ പരതി. ഇല്ല... ഒരിടത്തു നിന്നും മറ്റൊരിടത്തേക്കുള്ള അന്തമില്ലാത്ത യാത്രകളിൽ ഏതോ ഒരിടത്ത് എന്നുമാത്രമറിയാം. അവൾ നിശബ്ദമായി തേങ്ങി. ആ കണ്ണുകളിൽ നിന്ന് കണ്ണുനീർ ഇടമുറിയാതെ ഒഴുകിയിറങ്ങി.

രാധയുടെ മനസ്സ് വായിച്ചിട്ടെന്നവണ്ണം ഡോക്ടർ അവളുടെ നിധികുംഭങ്ങളെല്ലാം ഭാണ്ഡത്തിൽ ഭദ്രമായി തിരികെവച്ചു. എന്നിട്ടവളേയും കൂട്ടി ഒരു മാർക്കറ്റിലേക്ക് പോയി. രാജസ്ഥാൻ ചിത്രപ്പണികൾ ചെയ്ത നല്ല ഭംഗിയുള്ളൊരു സഞ്ചി വാങ്ങിച്ചു കൊടുത്തു. പിന്നെ വളകളും, മാലകളും, ഉടുപ്പുകളും.. അങ്ങനെ പലതും.

"സന്തോഷമായോ?" ഡോക്ടർ ചോദിച്ചു..

പെരുമഴക്കൊടുവിൽ മരങ്ങൾക്കിടയിലൂടെ ഊർന്നിറങ്ങി മണ്ണിലെ ചെറിയ വെള്ളക്കെട്ടുകളിൽ പ്രതിഫലിക്കുന്ന തണുത്ത വെയിൽനാളങ്ങൾ പോലെ രാധ പുഞ്ചിരിച്ചു. ആ കണ്ണുകൾ തിളങ്ങി.

പിഞ്ഞിക്കീറിയ ഭാണ്ഡത്തിൽ നിന്നും ആവശ്യമുള്ളത് മാത്രമെടുത്ത് പുതിയ സഞ്ചിയിൽ നിക്ഷേപിച്ചു. പഴയതിനെ രാധ ഉപേക്ഷിച്ചു.

അങ്ങനെ ദിവസങ്ങൾ കടന്നുപോയി....

ഡോക്ടർമാർ രാധയുടെ ശാരീരികമായ അസ്വാസ്ഥ്യങ്ങളെ ചികിത്സിച്ചു മാറ്റിയെങ്കിലും മാനസികമായി അവളെ ശക്തിപ്പെടുത്താൻ കുറച്ചേറെ സമയമെടുത്തു.

രണ്ടോ മൂന്നോ മാസം രാധ അവിടെ തങ്ങിയിട്ടുണ്ടാവണം. ആ നീണ്ട ആശുപത്രി വാസത്തിനു ശേഷം അവളെ ആശുപത്രി അധികൃതർ തലസ്ഥാനനഗരിയായ ജയ്പൂരിലെ ഒരു ശിശുക്ഷേമ കേന്ദ്രത്തിലേക്ക് മാറ്റി.

13

ആശ്രയ ശിശുസംരക്ഷണകേന്ദ്രം രാധക്ക് ഒരു പുതിയ തുടക്കമായിരുന്നു. ഒരു പുതിയ ലോകം; ആദ്യമായി അവൾക്ക് ജീവിതത്തിനോട് ആഗ്രഹം തോന്നിത്തുടങ്ങി. അഥവാ, ജീവിതം എന്നൊന്ന് ഉണ്ട് എന്ന് മനസ്സിലാക്കിത്തുടങ്ങി. ഒരിക്കലും ഓർക്കാൻ ഇഷ്ടപ്പെടാത്ത ഓർമകളുടെയും വേദനകളുടെയും വലിയ ഭാരങ്ങളിൽനിന്ന് രാധ പതുക്കെപ്പതുക്കെ പുറത്തുവന്നു.

വിശാലമായ ക്യാമ്പസായിരുന്നു ആശ്രയയിലേത്. ജനിച്ചുവീണ കുട്ടികൾ മുതൽ പതിനെട്ട് വയസ്സുവരെയുള്ളവർക്ക് ഓരോരുത്തരുടെയും പ്രായത്തിനനുസരിച്ചുള്ള പ്രത്യേകം കെട്ടിടങ്ങൾ. വലിയ ക്ലാസ്റൂമുകൾ. പുറംലോകത്തിന്റെ അരാജകത്വങ്ങൾക്കിടയിൽ സുരക്ഷിതത്വത്തിന്റെ സ്നേഹത്തുരുത്ത്. നിറയെ മരങ്ങളും വലിയ പൂന്തോട്ടങ്ങളുമുള്ള പ്രകൃതിമനോഹരമായൊരിടം. അവിടെ വരുന്ന കുട്ടികളെല്ലാം പല ഭാഷകൾ സംസാരിക്കുന്നവരായിരുന്നു. അതുകൊണ്ടുതന്നെ ആശ്രയക്ക് പൊതുവായി ഒരു ഭാഷയുണ്ടായിരുന്നില്ല. ഇംഗ്ലീഷ് ഭാഷയായിരുന്നു ഔദ്യോഗിക കാര്യങ്ങൾക്ക് ഉപയോഗിച്ചിരുന്നത്.

ആശ്രയ ശിശുസംരക്ഷണകേന്ദ്രത്തിലെ ജീവനക്കാർ രാധയെ ഇരുകൈകളും നീട്ടി സ്വീകരിച്ചു. അവളുടെ അതേ പ്രായത്തിലുള്ള മറ്റ് മൂന്നുപെൺകുട്ടികൾ താമസിച്ചിരുന്ന ഡോർമിറ്ററിയിലേക്ക് നാലാമതൊരാളായി അവൾ കടന്നുചെന്നു. ആയിഷയും റാണിയും നിമ്മിയും അവളുടെ പ്രിയപ്പെട്ട കൂട്ടുകാരികളായി. ആയിഷ തമിഴും മലയാളവും കൂടിക്കലർന്ന ഭാഷയിലാണ് സംസാരിച്ചിരുന്നത്. റാണി മറാത്തിയും നിമ്മി ഹിന്ദിയും സംസാരിച്ചു. ഇതിനിടയിൽ രാധയുടേത് ഹിന്ദിയും ഇംഗ്ലീഷും കൂടിക്കലർന്നൊരു ഭാഷയും. എന്നിരുന്നാലും, മറ്റു ഭാഷകൾ പഠിക്കാനുള്ള അസാധാരണമായ കഴിവ് രാധക്കുണ്ടായിരുന്നു.

തെരുവുകളിലെ ഒരായിരം ഭാഷകൾക്കിടയിൽ വളർന്ന രാധക്ക് ഒരു ഭാഷയും അപരിചിതമായിരുന്നില്ല. രാധ ആയിഷക്കും റാണിക്കും നിമ്മിക്കുമൊപ്പം ചിരിയും, കണ്ണീരും, സ്വപ്നങ്ങളും പങ്കിട്ടു. അവർക്കുമുണ്ടായിരുന്നു അവരുടേതായ ഭൂതകാല കഥകൾ. അനുഭവിച്ച ക്രൂരതകളുടെ മായാത്ത ഓർമകളിൽ അവർ പല രാത്രികളിലും ഞെട്ടിയുണർന്ന് നിലവിളിച്ചു. തേങ്ങിക്കരഞ്ഞുകൊണ്ട് പരസ്പരം ആശ്വസിപ്പിച്ചു... കെട്ടിപ്പിടിച്ചുറങ്ങി.

ആശ്രയയിലെ വിദ്യാഭ്യാസ രീതികളും വ്യത്യസ്തമായിരുന്നു.

ഔപചാരിക വിദ്യാഭ്യാസം നഷ്ടപ്പെട്ട കുട്ടികൾക്കായി പ്രത്യേകം രൂപകൽപ്പന ചെയ്ത സിലബസുകളുമായി ഒരു വൊക്കേഷണൽ ഹയർ സെക്കൻഡറി സ്കൂളായിരുന്നു അത്. ഓരോ കുട്ടിയുടെയും കഴിവിനും ആവശ്യങ്ങൾക്കുമനുസരിച്ച് അവർ പാഠ്യപദ്ധതി തയ്യാറാക്കി. പരമ്പരാഗത രീതിയിലുള്ള ക്ലാസ് മുറികളോ പരീക്ഷകളോ ഇല്ലായിരുന്നു; പകരം, അടിസ്ഥാന വിദ്യാഭ്യാസവും തൊഴിലധിഷ്ഠിത പരിശീലനങ്ങളുമായിരുന്നു അവിടെ.

ആശ്രയയിലെത്തിയശേഷമുള്ള രാധയുടെ ആദ്യദിനങ്ങൾ അത്ര എളുപ്പമായിരുന്നില്ല. മുമ്പൊരിക്കലും സ്കൂളിൽ പോയിട്ടില്ലാത്തതിനാൽ ഏറ്റവും ലളിതമായ കാര്യങ്ങൾ പോലും പഠിക്കാൻ അവളേറെ ബുദ്ധിമുട്ടി. എന്നിരുന്നാലും പഠിക്കാനുള്ള അവളുടെ ദൃഢനിശ്ചയം ഏവരെയും അമ്പരപ്പിച്ചു.

സിസ്റ്റർ സെലിൻ ആയിരുന്നു രാധയുടെ ഏറ്റവും പ്രിയപ്പെട്ട ടീച്ചർ. ആശ്രയയുടെ പ്രധാന നടത്തിപ്പുകാരിൽ ഒരാൾകൂടിയായിരുന്നു അവർ. സ്നേഹവും ക്ഷമയും തുളുമ്പുന്ന സിസ്റ്റർ സെലിൻ രാധക്ക് എല്ലാമെല്ലാമായി. സാധാരണ രീതിയിലുള്ള പഠനം രാധക്ക് ബുദ്ധിമുട്ടാണെന്ന് മനസ്സിലാക്കിയ സിസ്റ്റർ സെലിൻ പാട്ടും കഥയും കളികളുമായി ഒരു നഴ്സറിക്കുട്ടിയെ പഠിപ്പിക്കുന്ന പോലെയാണ് പതിനഞ്ചു വയസ്സുള്ള രാധയെ പഠിപ്പിച്ചെടുത്തത്.

സിസ്റ്റർ സെലിനെ സംബന്ധിച്ച് രാധക്ക് ഒരു സാധാരണ മനുഷ്യജീവിതം എന്തെന്ന് മനസ്സിലാക്കികൊടുക്കലായിരുന്നു ഏറ്റവും വലിയ വെല്ലുവിളി. സാധാരണ മനുഷ്യർ കണ്ടുശീലിച്ച ഒരുപാട് കാര്യങ്ങൾ രാധക്കന്യമായിരുന്നു. സിസ്റ്റർ സെലിൻ രാധയെ മ്യൂസിയങ്ങളിലേക്കും വായനശാലകളിലേക്കും സാധാരണ മനുഷ്യർ ഇടപെടുന്ന ഓരോ ഇടങ്ങളിലേക്കും കൊണ്ടുപോയി. മനുഷ്യമൃഗങ്ങൾക്കിടയിൽ നിന്നും രക്ഷപ്പെട്ടുവന്ന രാധയെ സ്നേഹനിധികളായ മനുഷ്യരിലേക്കടുപ്പിച്ചു.

സ്നേഹിച്ചും സ്നേഹിക്കപ്പെട്ടും ജീവിക്കേണ്ട ഒരു സാമൂഹ്യജീവിയാണ് മനുഷ്യനെന്ന അടിസ്ഥാനതത്വം ഉൾക്കൊള്ളാൻ രാധയിത്തിരി പാടുപെടുകതന്നെ ചെയ്തു.

സിസ്റ്റർ സെലിന്റെ അർപ്പണബോധം രാധയെ ഒട്ടൊന്നുമല്ല സഹായിച്ചത്. രാധയുടെ മുൻകാലജീവിതത്തിനെക്കുറിച്ച് അവർ മനസ്സിലാക്കിയെടുത്തിരുന്നു. ഉദയ്പ്പൂരിൽ രാധയെ ചികിത്സിച്ച ഡോക്ടർമാരുമായി സിസ്റ്റർ സെലിൻ സംസാരിച്ചു. ആശ്രയയിൽ വന്നതിനുശേഷവും രാധക്ക് പ്രത്യേകമായി കൗൺസിലിംഗുകൾ ഏർപ്പാട് ചെയ്തു. അത്രയും ക്രൂരമായ ജീവിതപ്രതിസന്ധികളെ അതിജീവിച്ച രാധയെ വിജയകരമായി ജീവിതത്തിലേക്ക് തിരിച്ചുകൊണ്ടുവരുക എന്നത് ഏറ്റവും വലിയ പുണ്യപ്രവർത്തിയായി അവർ ഏറ്റെടുത്തു.

സിസ്റ്റർ സെലിന്റെ സ്നേഹനിർഭരമായ പരിചരണത്തിനു തണലിൽ രാധ ആത്മവിശ്വാസത്തോടെ ആളുകളോട് ഇടപഴകാൻ പഠിച്ചു. ദിനംപ്രതി അവൾ പുതിയ ശീലങ്ങൾ സ്വായത്തമാക്കി- പ്ളേറ്റിൽ നിന്ന് ഭക്ഷണം പുറത്തുകളയാതെ വൃത്തിയായി കഴിക്കുക, സ്പൂണും ഫോർക്കും ശരിയായ വിധത്തിൽ ഉപയോഗിക്കുക, ഭക്ഷണം മനോഹരമായി വിളമ്പുക എന്നിവയെല്ലാം അവൾക്ക് ചെറുതല്ലാത്ത പാഠങ്ങളായിരുന്നു. മറ്റുള്ളവർക്ക് നിസ്സാരമെന്ന് തോന്നാവുന്ന ഈ ചെറിയ കാര്യങ്ങൾ, രാധയുടെ ജീവിതത്തിൽ വലിയ മാറ്റങ്ങൾക്കുള്ള

തുടക്കമായി. സിസ്റ്റർ സെലിന്റെ ക്ഷമയും മാർഗനിർദേശവും അവളെ കൂടുതൽ പരിഷ്കൃതയായ ഒരു വ്യക്തിയാക്കി മാറ്റി.

രാധ പാചകം ചെയ്യാനും അടുക്കിവെക്കാനും പണം കൈകാര്യം ചെയ്യാനുമെല്ലാം പഠിച്ചു. വിദ്യാഭ്യാസമെന്നത് പുസ്തകങ്ങളിൽ പറഞ്ഞിട്ടുള്ള കാര്യങ്ങൾ പഠിക്കുക എന്നത് മാത്രമല്ല സ്വതന്ത്രമായി ചിന്തിക്കാനും പ്രവർത്തിക്കാനും കഴിവുള്ള ഒരു നല്ല വ്യക്തിയായി മാറുകയാണ് എന്ന് സിസ്റ്റർ സെലിൻ അവളെ വീണ്ടുംവീണ്ടും ഓർമിപ്പിച്ചു.

തുടർന്നുള്ള ഏതാനും വർഷങ്ങൾക്കുള്ളിൽ രാധ ഒരുപാട് മാറി. പലതരത്തിലുള്ള കൈത്തൊഴിലുകളും കലാരൂപങ്ങളും സിസ്റ്റർ സെലിൻ അവൾക്ക് പരിചയപ്പെടുത്തി. അതിൽ അവൾക്കേറ്റവും ഇഷ്ടപ്പെട്ടത് ചിത്രംവരയും ചെറിയ കുട്ടികളെ ചിത്രംവര പഠിപ്പിക്കുന്നതുമായിരുന്നു. അതുകൊണ്ടുതന്നെ സിസ്റ്റർ സെലിൻ ചിത്രകലയിൽ അവൾക്ക് കൂടുതൽ പരിശീലനം നൽകി. രാധ അത് ആസ്വദിച്ച് ചെയ്യുകയും ചെയ്തു. ചുറ്റുമുള്ളവരോടെല്ലാം അവൾ സ്നേഹത്തോടെയും സൗഹൃദത്തോടെയും പെരുമാറി. എല്ലാവർക്കും അവളെ അത്രമേൽ ഇഷ്ടപ്പെട്ടു.

ആയിഷയും, റാണിയും, നിമ്മിയും എപ്പോഴും രാധയോടൊപ്പം നിന്നു. അസുഖമായി കിടക്കുന്നവരെയും ചെറിയ കുട്ടികളെയും ശുശ്രൂഷിക്കുന്നതിൽ ആയിഷ മിടുക്കിയായിരുന്നു. സഹജമായൊരു കഴിവുതന്നെ അവൾക്കതിലുണ്ടായിരുന്നു. റാണിയും നിമ്മിയും കലാകാരികളും. അവരുടെകൂടെ പാട്ടും നൃത്തവുമെല്ലാമായി രാധയുടെ ജീവിതം വർണശബളമായി. ജീവിതത്തിന്റെ സൗന്ദര്യങ്ങളെ ആസ്വദിക്കാനും ആഘോഷിക്കാനും അവൾ പഠിച്ചത് ആ മൂന്നു കൂട്ടുകാരികളിലൂടെയാണ്.

സിസ്റ്റർ സെലിൻ രാധയെ എന്തൊക്കെ പഠിപ്പിച്ചാലും നന്നായി ഒരുങ്ങിനടക്കാൻ രാധയെ പഠിപ്പിച്ചതിന്റെ മുഴുവൻ

ക്രെഡിറ്റും ആയിഷക്കാണ്! ഒരുങ്ങാനും മറ്റുള്ളവരെ ഒരുക്കാനും ആയിഷക്കുള്ളത്രയും ഇഷ്ടം മറ്റാർക്കുമില്ലായിരുന്നു.

സമയം കിട്ടുമ്പോഴെല്ലാം രാധ ധാരാളം പുസ്തകങ്ങൾ വായിച്ചു; അവൾ ലോകമറിഞ്ഞുതുടങ്ങി... ലോകമവളേയും.

ആശ്രയ ശിശു സംരക്ഷണ കേന്ദ്രത്തിലെ ശിക്ഷണത്തിലൂടെ രാധയിലുണ്ടായ രൂപാന്തരം അവിശ്വസനീയമായിരുന്നു. തെരുവിൽ അതിജീവിക്കാൻ പാടുപെടുന്ന ഒരു യാചകക്കുട്ടിയിൽ നിന്ന് അവൾ കഴിവും ആത്മവിശ്വാസവും അനുകമ്പയുമുള്ളൊരു പെൺകുട്ടിയായി വളർന്നു. ആശ്രയ സെന്ററും അവളുടെ സുഹൃത്തുക്കളും സിസ്റ്റർ സെലിനും പാഠപുസ്തകങ്ങളിലുള്ളതിനേക്കാൾ വലിയ ജീവിതപാഠങ്ങൾ അവൾക്കു നൽകി.

അങ്ങനെ രാധക്ക് വയസ്സ് ഇരുപത്തൊന്ന് തികഞ്ഞു. ഇരുപത്തൊന്ന് വയസ്സ് കഴിഞ്ഞാൽ താമസക്കാർ സ്വന്തമായൊരു ജീവിതത്തിലേക്കോ അല്ലെങ്കിൽ തുടർവിദ്യാഭ്യാസത്തിനായി മറ്റേതെങ്കിലും സ്ഥലത്തേക്കോ മാറണമെന്നായിരുന്നു ആശ്രയയിലെ നിയമം.

ചിത്രകലയോടുള്ള രാധയുടെ താൽപ്പര്യം മനസ്സിലാക്കി സിസ്റ്റർ സെലിൻ രാധയെ ഫൈൻ ആർട്സ് കോഴ്സ് പഠിക്കാനയച്ചു. കോഴ്സ് പൂർത്തിയായപ്പോൾ ജയ്പൂരിലെ ഒരു നഴ്സറിസ്കൂളിൽ രാധ ചിത്രകലാ അദ്ധ്യാപികയായി ജോലി ആരംഭിച്ചു.

രാധയും ആശ്രയ ചൈൽഡ് കെയർ സെന്ററുമായുള്ള ബന്ധവും അനുസ്യൂതം തുടർന്നു. ആശ്രയയിലെ അന്തേവാസികൾക്ക് ഒരു മാർഗദർശിയും ഉപദേഷ്ടാവുമായി അവൾ മാറിയിരുന്നു. മാത്രമല്ല, തെരുവിൽ ഭിക്ഷാടനം നടത്തി ജീവിക്കുന്നവർക്ക് കിടപ്പാടം നൽകി അവരെ കൈത്തൊഴിലുകൾ പഠിപ്പിച്ച് സ്വയംപര്യാപ്തരാക്കാനുള്ള എല്ലാ സംരംഭങ്ങളിലും രാധ സജീവമായിരുന്നു.

14

വർഷങ്ങൾ എത്രവേഗമാണ് കൺമുന്നിലൂടെ മാറിമറയുന്നത്!

അതിനിടയിൽ രാധയിലെ മാറ്റങ്ങളും അത്ഭുതപ്പെടുത്തുന്നതായിരുന്നു.

രാധയെക്കുറിച്ച് സിസ്റ്റർ സെലിൻ ഒരു വേദിയിൽ സംസാരിച്ചത് ഇങ്ങനെയാണ്:

ബാല്യകൗമാരങ്ങളിൽ അനുഭവിച്ച നരകതുല്യമായ പ്രതിസന്ധികളിൽ നിന്നും ഒരു ഫീനിക്സ് പക്ഷിയെപ്പോലെ പുറത്തുകടന്നവൾ രാധ. ജീവിതത്തിന്റെ അവസാനമെന്ന് കരുതിയ ഇടങ്ങളെയെല്ലാം പുതിയ തുടക്കങ്ങളായി മാറ്റിയവൾ രാധ. തീവ്രമായ ദുഃഖാനുഭവങ്ങളിലൂടെ ശക്തിയാർജിച്ച് നിശ്ചയദാർഢ്യമുള്ള വ്യക്തിത്വമായി മാറിയവൾ രാധ. തനിക്കു ചുറ്റുമുള്ളവരിലേക്കും ആ വ്യക്തിപ്രഭാവത്തിന്റെ ചൈതന്യം പടർത്തിയവൾ രാധ!

അതെ, സിസ്റ്റർ സെലിന്റെ ഏറ്റവും പ്രിയപ്പെട്ട ശിഷ്യയായിമാറി രാധ..

ചിത്രകലാ അധ്യാപികയെന്ന ജോലിയോടൊപ്പം ചൈൽഡ് സൈക്കോളജി കോഴ്സും രാധ പൂർത്തിയാക്കി. മനുഷ്യന്റെ ക്രൂരമായ മൃഗീയതകളിൽ നിന്നും പോലീസും കോടതിയുമെല്ലാം ചേർന്ന് രക്ഷപ്പെടുത്തിയെടുത്ത ഒരുപാട് കുഞ്ഞുങ്ങളെ കൗൺസിലിംഗിലൂടെ ജീവിതത്തിലേക്ക് തിരിച്ചുകൊണ്ടുവരാൻ രാധക്ക് കഴിഞ്ഞു.

കൗൺസിലിംഗ് സെഷനുകൾക്കപ്പുറം രാധയുടെ ജീവിതം തന്നെയായിരുന്നു അവർക്ക് അതിജീവനത്തിന്റെ ഏറ്റവും വലിയപാഠപുസ്തകം. അക്കാഡമിക് കോൺഫെറൻസുകളിലും, കുട്ടികളുടെ കലാ-കായിക പരിപാടികളിലുമെല്ലാം രാധ വിശിഷ്ടാതിഥിയായി ക്ഷണിക്കപ്പെട്ടു. അതിജീവനത്തിന്റെ ആൾരൂപമായി ഏവരിലും അവൾ പ്രതീക്ഷയുടെ പ്രകാശം ചൊരിഞ്ഞു.

അധികം വൈകാതെ രാധ തന്റെ പഴയ തട്ടകത്തിൽത്തന്നെ തിരിച്ചെത്തി; ആശ്രയ ശിശുസംരക്ഷണ കേന്ദ്രത്തിൽ. സിസ്റ്റർ സെലിൻ തന്റെ പ്രിയശിഷ്യയെ ആശ്രയയിലേക്ക് തിരിച്ചുകൊണ്ടുവന്നില്ലെങ്കിലേ അത്ഭുതമുള്ളൂ!

രാധ ആശ്രയയിലെ കൗൺസിലിംഗ് ടീം ഹെഡ് ആയി നിയമിക്കപ്പെട്ടു. താനൊരു മനുഷ്യനാണെന്ന സത്യംപോലും തിരിച്ചറിയാതുള്ളൊരു ജീവിതത്തിൽ നിന്നും രക്ഷപ്പെട്ട് സിസ്റ്റർ സെലിന്റെ കൈകളിലേക്ക് വന്ന പതിനഞ്ചുവയസ്സുകാരി രാധ വർഷങ്ങൾക്കിപ്പുറം സിസ്റ്റർ സെലീന്റെ വലംകൈയ്യായി മാറിയിരിക്കുന്നു. ആർക്കും അത്രമേൽ പ്രചോദനം നൽകുന്നതായിരുന്നു ആ മാറ്റം!

ഗോവയിൽ ജനിച്ചുവളർന്ന ആംഗ്ലോ-ഇന്ത്യനാണ് സിസ്റ്റർ സെലിൻ. വിദേശ സംസ്കാരത്തിന്റെയും ഇന്ത്യൻ സംസ്കാരത്തിന്റെയും ഏറ്റവും നല്ല ഗുണങ്ങൾ സമന്വയിച്ച വ്യക്തിത്വത്തിനുടമയായിരുന്നു അവർ. രാധയുടെ ജീവിതത്തിനെ ഏറ്റവും കൂടുതൽ സ്വാധീനിച്ച ആത്മീയഗുരു. മതങ്ങൾക്കതീതമായി മനുഷ്യരെ സ്നേഹിച്ച കരുണാമയി. നിരന്തരമായ പ്രാർത്ഥനയായിരുന്നു സിസ്റ്റർ സെലിന്റെ ശക്തി.

എല്ലാമതത്തിലുമുള്ള വിശ്വാസികൾക്കും സമാധാനമായി ഇരുന്ന് പ്രാർത്ഥിക്കാൻ പാകത്തിൽ വലിയൊരു പ്രാർത്ഥനാമുറിയും സിസ്റ്റർ സെലിൻ ആശ്രയയിൽ സജ്ജീകരിച്ചിരുന്നു.

ആശ്രയയിലെത്തുന്ന ഏതൊരു കുട്ടിയും ആദ്യമെത്തുന്നത് സിസ്റ്റർ സെലീന്റെയും രാധയുടെയും കൈകളിലാണ്. നിയമപ്രകാരമുള്ള നടപടികൾ സിസ്റ്റർ സെലിൻ കൈകാര്യം ചെയ്യുമ്പോൾ കുട്ടിയുടെ ശാരീരികവും മാനസികവുമായ വികാസത്തിനുള്ള നടപടിക്രമങ്ങളിലേക്ക് രാധ കടക്കും.

ആശ്രയയിൽ വരുന്ന ഓരോ കുഞ്ഞുമുഖത്തിലും രാധ കാണുന്നത് തന്നെത്തന്നെയായിരുന്നു. അവരുടെ മനസ്സുകളെ രാധ നൊടിയിടയിൽ വായിച്ചെടുത്തു.

കാലം കടന്നുപോയി...

ഒരു ദിവസം ഏകദേശം ആറ് വയസ്സായ ഒരു പെൺകുട്ടി രാധയുടെ അടുത്ത് കൗൺസിലിംഗിനെത്തി. വെളുത്തു മെലിഞ്ഞ് ഭയംനിറഞ്ഞ വലിയ കണ്ണുകളുമായി ഒരു സാധുപെൺകുട്ടി. ഒരു സെക്സ് റാക്കറ്റിൽ നിന്ന് പോലീസ് രക്ഷിച്ചെടുത്തതായിരുന്നു അവളെ. അവളുടെ രക്ഷിതാക്കളെ കണ്ടുപിടിക്കാനുള്ള ശ്രമങ്ങളെല്ലാം പാഴായി. വളരെയധികം ക്രൂരതകൾക്കിരയായതു കൊണ്ടാവണം അവൾ തികച്ചും മൗനിയായിരുന്നു. അവളെ സംസാരിപ്പിക്കാനുള്ള പരിശ്രമങ്ങളെല്ലാം വിഫലമായി. എന്നാലവൾക്ക് സംസാരശേഷി നഷ്ടപ്പെട്ടിട്ടുമില്ലായിരുന്നു. എന്തുചോദിച്ചാലും 'മമ്മി'' എന്നുമാത്രമാണ് ആ കുഞ്ഞ് ഉത്തരം നൽകിയത്. അവളുടെ കണ്ണുകളിലെ ദൈന്യതയിലുണ്ടായിരുന്നു ആവളനുഭവിച്ച യാതനകളുടെ തീവ്രത മുഴുവൻ.

ആ കൊച്ചുപെൺകുട്ടിക്ക് അല്പസ്വല്പം മനസ്സിലാവുന്ന ഭാഷ ഇംഗ്ലീഷായിരുന്നു. തിരിച്ചൊന്നും പറയില്ലെങ്കിലും ആ ഭാഷ അവൾക്ക് കുറച്ചൊക്കെ പരിചിതമായിരുന്നു. 'സീനു' എന്നാണ് അവളുടെ പേരെന്ന് രാധ മനസ്സിലാക്കിയെടുത്തു. പക്ഷേ, അവളുടെ ജന്മദേശം എവിടെയാണെന്ന് ഒരുവിധത്തിലും മനസ്സിലാക്കാൻ സാധിച്ചില്ല.

രാധയുടെ കൈകളിലെത്തിയതിൽപ്പിന്നെ സീനു മറ്റാരുടെയടുത്തേക്കും പോകാതെയായി. കാട്ടുമൃഗങ്ങളിൽ നിന്നും രക്ഷപ്പെട്ടോടിവന്ന ഒരാട്ടിൻകുട്ടിയെപ്പോലെ ആ കുഞ്ഞ് സദാ രാധയോടൊട്ടി നിന്നു. ഉണ്ണുന്നതും ഉറങ്ങുന്നതുമെല്ലാം രാധക്കൊപ്പം.

തിരിച്ച് ഉത്തരങ്ങളൊന്നും കിട്ടിയില്ലെങ്കിലും രാധ അവളോട് സംസാരിച്ചുകൊണ്ടേയിരുന്നു. ദിവസങ്ങൾ കഴിഞ്ഞപ്പോൾ ആ

കണ്ണുകളിലെ ദൈന്യതയും ഭയവും കുറഞ്ഞുവന്നു. ഒറീസ്സയിൽ നിന്നുമുള്ള ഒരു സംഘത്തിന്റെ കൈയ്യിൽ നിന്നുമാണ് അവളെ മോചിപ്പിച്ചിരുന്നത്.

റോഡിൽ സിഗ്നൽ ക്രോസ്സ് ചെയ്യാൻ നിന്നിരുന്ന വാഹനത്തിൽ നിന്നിറങ്ങി ഓടിരക്ഷപ്പെടാൻ ശ്രമിച്ച അവളെ ട്രാഫിക് പോലീസ് രക്ഷപെടുത്തി പോലീസ് സ്റ്റേഷനിൽ ഏൽപ്പിക്കുകയായിരുന്നു. അവൾ യാത്രചെയ്തിരുന്ന വാഹനത്തിൽ ഉണ്ടായിരുന്ന ആളുകളെയും പോലീസ് പിടികൂടാൻ ശ്രമിച്ചെങ്കിലും അവർ കടന്നുകളഞ്ഞു. ഒറിയ ഭാഷയിലായിരുന്നു അവർ സംസാരിച്ചിരുന്നത്.

ഒറിയ ഭാഷ സംസാരിക്കുന്ന സംഘത്തിൽനിന്നും രക്ഷപ്പെട്ട് വന്നതുകൊണ്ട് ആ ഭാഷയിലും രാജ്യത്തിന്റെ വടക്കുകിഴക്കൻ ഭാഗത്തുള്ള മറ്റു ഭാഷകളിലുമെല്ലാം സീനുവിനോട് സംസാരിക്കാൻ രാധ ഓരോരുത്തരെ ഏർപ്പാടാക്കി. എന്നാൽ ആ ഭാഷകളൊന്നും അവൾക്ക് മനസ്സിലാകുന്നില്ല എന്ന് അവളുടെ ശരീരഭാഷയിൽ നിന്ന് വ്യക്തമായിരുന്നു.

ഒരു ദിവസം രാവിലെ രാധ സീനുവിനെയുംകൊണ്ട് ആശ്രയയിലെ പ്രാർത്ഥനാ മുറിയിലേക്ക് പോയി. ആ മുറി സീനുവിന് ഏറെ ഇഷ്ടപ്പെട്ടതുപോലെ തോന്നി. അത്രയും പ്രശാന്തസുന്ദരമായിരുന്നു ആ ഇടം. ആ സമയത്ത് അവിടെ വേറെയാരും ഇല്ലായിരുന്നുതാനും. ആളുകളെ കണ്ടാൽ സീനു പെട്ടെന്ന് ഉൾവലിയും. ഭയന്ന കണ്ണുകളുമായി രാധയോട് ചേർന്നുനിൽക്കുകയല്ലാതെ പിന്നെ ഒരു ചോദ്യത്തിനും അവൾ പ്രതികരിക്കില്ല.

അന്ന് അവിടെ മറ്റാരുമില്ലാതിരുന്നതുകൊണ്ടാവണം സീനു ആ പ്രാർത്ഥനാമുറി ചുറ്റിനടന്നു കണ്ടു. ഭയപ്പാടുകളില്ലാതെ സീനു അലസമായി ആ മുറിയിൽ ചുറ്റിനടക്കുന്നത് രാധ ഏറെ ആശ്വാസത്തോടെ നോക്കിനിന്നു. എവിടെയൊക്കെയോ ചില മാറ്റങ്ങൾ... പ്രതീക്ഷകൾ.

രാധ പ്രാർത്ഥിക്കാനായി നിലത്തിരുന്നു. സീനുവും കൂടെയിരുന്നു. കുറച്ചുനേരം പ്രാർത്ഥിച്ച് കണ്ണുതുറന്നു നോക്കിയപ്പോൾ സീനു ചുമരിലെ ജീസസിന്റെ പടത്തിലേക്ക് ഏറെയിഷ്ടത്തോടെ നോക്കിയിരിക്കുന്നു. വലിയൊരു ക്യാൻവാസിൽ ചെയ്ത അതിമനോഹരമായൊരു പെയിന്റിംഗ് ആയിരുന്നു അത്.

"സീനൂ...." രാധ പതുക്കെ വിളിച്ചു.

വിളികേട്ട് സീനു രാധയുടെ മുഖത്തേക്ക് ശാന്തമായി നോക്കി.

"ഹു ഈസ് യുവർ ഫേവറിറ്റ് ഗോഡ്?"

സീനു രാധയുടെ മുഖത്തേക്ക് ഉറ്റുനോക്കിയിരുന്നു. അവളെന്തോ പറയാൻ ശ്രമിക്കുന്നപോലെ തോന്നി രാധക്ക്. അതുവരെ കാണാത്തൊരു മുഖഭാവമായിരുന്നു സീനുവിനപ്പോൾ. രാധ സീനുവിനെ മടിയിലേക്ക് പിടിച്ചിരുത്തി അവളുടെ കവിളിൽ ചുംബിച്ചു. സീനുവിന്റെ മുഖത്ത് പതിവിനു വിപരീതമായി ഒരു കുസൃതിച്ചിരി വിടർന്നു. രാധ സന്തോഷാധിക്യത്താൽ അവളെ വീണ്ടുംവീണ്ടും ഉമ്മവച്ചു. സീനു രാധയുടെ മാറിലേക്കു ചാഞ്ഞു. സീനുവിന്റെ തലയിൽ തലോടി രാധ വീണ്ടും ചോദിച്ചു....

"സീനു ഡാർലിംഗ്.... ടെൽ മീ.. ഹു ഈസ് യുവർ ഫേവറിറ്റ് ഗോഡ്?"

ഒരു മറുപടി പ്രതീക്ഷിച്ചിട്ടല്ല രാധ വീണ്ടും ആ ചോദ്യം ചോദിച്ചത്. പക്ഷേ, സീനു പതുക്കെ എന്തോ പറഞ്ഞു....

രാധ പെട്ടെന്ന് അവളെ മാറിൽനിന്നടർത്തി ആ മുഖത്തേക്കു നോക്കി ചോദ്യം ഒന്നുകൂടെ ചോദിച്ചു.

സീനു ശാന്തമായ മുഖത്തോടെ രാധയുടെ കണ്ണുകളിൽ നോക്കി വ്യക്തമായത് പറഞ്ഞു:

"ഗുരാപ്പാ...."

"ഗുരാപ്പാ..." രാധയുടെ മനസ്സിൽ ഒരു കൊടുങ്കാറ്റ് വീശി.

കുപ്പിവളകൾ ഉടയുന്ന ശബ്ദം..

പാദസരങ്ങൾ ദൂരേക്ക് തെറിച്ചുവീഴുന്ന ശബ്ദം..

ദാദിമയുടെ വന്യമായ അലർച്ചകൾ...

വാഹനങ്ങൾക്കിടയിലൂടെ വലിച്ചിഴക്കപ്പെടുന്നൊരു പെൺകുട്ടി.. മാഞ്ഞുപോകുന്ന ഓരോടക്കുഴൽവിളി....

അകന്നുപോകുന്നൊരു ബസ്സിൽ സർവ്വതും നഷ്ടപ്പെട്ട് ജനൽക്കമ്പികൾക്കിടയിലൂടെ പുറകിലേക്ക് നോക്കുന്നൊരു ദയനീയമുഖം.

രാധ പെട്ടെന്ന് ഭ്രാന്തമായൊരാവേശത്തിൽ സീനുവിനെയുമെടുത്ത് തന്റെ മുറിയിലേക്കോടി. അവളെ കട്ടിലിലിരുത്തി രാധ അലമാരിക്കകത്ത് പരതി .... കാലങ്ങളായി സൂക്ഷിച്ചുവച്ചിരുന്ന ആ സഞ്ചിയെടുത്തു. സഞ്ചി തുറന്ന് അതിനകത്തേക്കവൾ മുഖം പൂഴ്ത്തി. കാലങ്ങൾക്കപ്പുറത്തെ വന്യഗന്ധങ്ങൾ രാധയുടെ മനസ്സിലേക്ക് തുളച്ചുകയറി.

രാധ സാവധാനം അതിനുള്ളിൽനിന്നും ഒരു ചെറിയ പെട്ടിയെടുത്തു. അതിൽനിന്നും ആ ചുവന്ന മോതിരമെടുത്തു. ആകെ പകച്ചുപോയെങ്കിലും സഞ്ചിയിലേക്ക് കൗതുകത്തോടെ നോക്കിയിരുന്നിരുന്ന സീനുവിന്റെ മുന്നിലേക്ക് രാധ ആ മോതിരം നീട്ടി. അതിനു മുകളിലെ സ്വർണനിറത്തിലുള്ള ദൈവത്തിന്റെ ചിത്രത്തിലേക്ക് വിരൽനീട്ടി.

"ഹു ഈസ് ദിസ് സീനു?"

സീനു മോതിരത്തിലേക്ക് സൂക്ഷിച്ചു നോക്കി.

പെട്ടെന്നവളുടെ മുഖം ആഹ്ളാദംകൊണ്ടു വിടർന്നു.

അവളാ മോതിരമെടുത്ത് ചുംബിച്ചു..

വീണ്ടുംവീണ്ടും അതിലേക്കുതന്നെ നോക്കി..

ആ മോതിരത്തിനെ അവൾ അരുമയോടെ തലോടി..

രാധ അവളുടെ ഓരോ ചേഷ്ടകളും വീക്ഷിച്ചു. വീണ്ടും മെല്ലെ അവളോടു ചോദിച്ചു:

"യു നോ ഹു ഈസ് ദിസ്?" അവൾ രാധയുടെ മുഖത്തേക്ക് നിഷ്കളങ്കമായി നോക്കി...

സീനുവിന്റെ ചുണ്ടുകൾ മെല്ലെ വിടർന്നു...

രാധഅവളുടെമുഖത്തേക്കുസൂക്ഷിച്ചുനോക്കി; അവൾക്കരികിലേക്ക് ചേർന്നിരുന്നു.

സീനുവിന്റെ മുഖത്ത് പ്രത്യേകമായൊരു സന്തോഷം പ്രകടമായിരുന്നു. അവളൊരു കുസൃതിക്കുരുന്നായപോലെ! സീനു അവളുടെ കൈത്തലം രാധയുടെ ചെവിയിലേക്കു ചേർത്തുവച്ച് സന്തോഷംനിറഞ്ഞ എന്തോ സ്വകാര്യം പറയുന്നപോലെ പറഞ്ഞു:

"ഗുരാപ്പാ.... എന്റെ സ്വന്തം ഗുരാപ്പാ!"

രാധയുടെ മനസ്സിൽ വീണ്ടും കൊടുംകാറ്റാഞ്ഞു വീശി. രാധ അവളെ വാരിപ്പുണർന്നു. നിറയെ നിറയെ ഉമ്മവച്ചു.

രാധ ആ മോതിരത്തിലേക്കു നോക്കി വീണ്ടും ചോദിച്ചു...

സംശയങ്ങളൊന്നുമില്ലാതെ സീനു പറഞ്ഞു...... "ഗുരാപ്പാ....."

രാധയും ഉറക്കെ വിളിച്ചു... "ഗുരാപ്പാ....."

രാധയുടെ മനസ്സിന്റെ അഗാധതയിൽ നിന്നുമുള്ള ആ ശബ്ദതരംഗങ്ങൾ സീനുവിനെയും ആവേശിച്ചപോലെ അവളും ഉറക്കെപ്പറഞ്ഞു:

"ഗുരാപ്പാ..."

രണ്ടു ജീവനുകൾ തങ്ങളുടെ സ്വത്വം തിരിച്ചറിയുന്ന വേളകൾ. രാധയെന്തിനാണ് അത്രയും സന്തോഷത്തോടെ സീനുവിനെ എടുത്തുമ്മവെക്കുന്നതെന്ന് സീനുവിന് മനസ്സിലായില്ല. മോതിരത്തിലെ ആ ചിത്രം കണ്ട് സീനുവെന്തിനാണ് അത്രയും സന്തോഷിച്ചതെന്ന് രാധക്കും മനസ്സിലായില്ല. പക്ഷേ, അവർ രണ്ടുപേരും സ്വയംമറന്നാഹ്ളാദിച്ചു. രാധയുടെ സന്തോഷക്കണ്ണീരിൽ സീനുവിന്റെ മുഖം നനഞ്ഞുകുതിർന്നു.

രാധ സീനുവിനെയും കൂട്ടി സിസ്റ്റർ സെലിന്റെ റൂമിലേക്ക് പോയി. ആ മോതിരം കാണിച്ചുകൊടുത്ത് നടന്ന സംഭവങ്ങളെല്ലാം പറഞ്ഞു. വഴിമുട്ടിനിന്നിരുന്ന ഒരന്വേഷണത്തിലേക്കുള്ള വെളിച്ചമായിരുന്നു അത്.

ആ മോതിരത്തിലെ ദൈവത്തിന്റെ നാടേതെന്ന് കണ്ടുപിടിക്കാനുള്ള ശ്രമങ്ങൾ ആരംഭിച്ചു.

രാധ തന്റെ ഓർമയുടെ ഉദ്ഭവസ്ഥാനങ്ങളിലെല്ലാം പരതി....

ഇല്ല...

തെളിഞ്ഞു കത്തുന്ന വിളക്കുതിരികളും ആനകളും ശബ്ദഘോഷങ്ങളും ഓടക്കുഴൽവിളിയുമൊക്കെയല്ലാതെ ആ ക്ഷേത്രത്തിന്റെ പേരോ, സ്ഥലപ്പേരോ ഒന്നും ഓർമയിലില്ല.

15

ആശ്രയയിൽ ജോലി ചെയ്യുന്നവരിൽ പല ഭാഷക്കാരുണ്ടായിരുന്നു. മിക്കവാറും എല്ലാ ഇന്ത്യൻ സംസ്ഥാനങ്ങളിൽ നിന്നും ആരെങ്കിലുമൊക്കെയുണ്ട് അവിടെ. സിസ്റ്റർ സെലിൻ ഓരോരുത്തരെയും വിളിച്ച് മോതിരം കാണിച്ചുകൊടുത്തു.

"ദിസ് ഈസ് ഗുരുവായൂരപ്പൻ "ഓഫീസിൽ ജോലി ചെയ്യുന്ന വർഗീസ് ആ മോതിരം കണ്ടതും വിളിച്ചു പറഞ്ഞു.

"വേർ ഈസ് ദിസ് ടെംപിൾ ലൊക്കേറ്റഡ്? "

"ദിസ് ഈസ് ഇൻ കേരള"

പിന്നീടെല്ലാം പെട്ടെന്നായിരുന്നു. മലപ്പുറം ജില്ലക്കാരനായിരുന്നു വർഗീസ്. നാട്ടിൽ അത്യാവശ്യം പിടിപാടുള്ള ആളും. ആറു മാസം മുൻപാണ് വർഗീസ് ആശ്രയയിൽ അഡ്മിനിസ്ട്രേറ്റീവ് മാനേജർ ആയി ജോലിക്ക് കയറുന്നത്. വർഗീസ് വഴി മലപ്പുറം-തൃശൂർ ജില്ലകൾ കേന്ദ്രീകരിച്ച് അന്വേഷണം ആരംഭിച്ചു. സീനുവിന്റെ ഫോട്ടോകൾ കേരളത്തിലെ എല്ലാ പോലീസ് സ്റ്റേഷനുകളിലേക്കും കൈമാറി. സീനു എന്നൊരു പേരല്ലാതെ മറ്റു വിവരങ്ങളൊന്നും ഇല്ലാത്തതുകൊണ്ട് ആളെ കണ്ടുപിടിക്കുക ഒട്ടും എളുപ്പമായിരുന്നില്ല. മാത്രമല്ല, ആ പേരിലൊരു കുട്ടിയെ കാണ്മാനില്ല എന്ന് കേരളത്തിലെ ഒരു പോലീസ് സ്റ്റേഷനിലും റിപ്പോർട്ട് ചെയ്യപ്പെട്ടിട്ടുമുണ്ടായിരുന്നില്ല.

സീനുവിനെ അവളുടെ രക്ഷിതാക്കളുടെ അടുത്തെത്തിക്കുക എന്ന യജ്ഞം തൽക്കാലം വഴിമുട്ടിയെങ്കിലും വർഗീസ് പലവഴികളിലൂടെയും അന്വേഷണം തുടർന്നു.

സീനു മലയാളിക്കുട്ടിയാണെന്ന് മനസ്സിലായതോടുകൂടി രാധ പണ്ട് റൂം മേറ്റായിരുന്ന പ്രിയപ്പെട്ട കൂട്ടുകാരി ആയിഷയിൽ നിന്നും പഠിച്ച അല്പസ്വല്പം മലയാളം വാക്കുകൾ പൊടിതട്ടിയെടുത്തു. കുറച്ചു വർഷങ്ങൾക്കു മുൻപ് ആയിഷ കല്യാണം കഴിഞ്ഞ് ഗൾഫിലേക്ക്

ചേക്കേറിയതിനുശേഷം മലയാളത്തിൽ ആരെങ്കിലും സംസാരിക്കുന്നത് രാധ കേൾക്കാറുമില്ലായിരുന്നു.

എന്തായാലും, സീനുവിനുവേണ്ടി രാധ ആശ്രയയിൽ മലയാളഭാഷ അറിയുന്ന ആളുകളെയെല്ലാം തേടിപ്പിടിച്ചു. അവരെല്ലാം സീനുവിനോട് മലയാളത്തിൽ സംസാരിച്ചു തുടങ്ങിയപ്പോൾ അവളുടെ മാറ്റം പെട്ടെന്നായി. സീനുവിനുവേണ്ടി രാധയും മലയാളം സംസാരിക്കാൻ പഠിച്ചുതുടങ്ങി.

അല്ലെങ്കിലും, പണ്ടുമുതലേ ഒരു ഭാഷയും രാധക്കന്യമല്ലല്ലോ..

ഒഴിവുസമയങ്ങളിൽ പുസ്തകവായന, ചിത്രരചന എന്നിവപോലെതന്നെ സിനിമകൾ കാണുകയെന്നതും രാധയുടെ ഒരു പ്രധാനവിനോദമായിരുന്നു. സമയം കിട്ടുമ്പോഴെല്ലാം തൊട്ടടുത്തുള്ള തീയേറ്ററിൽ പോകും. ആയിടെയായി സീനുവും കൂടെക്കാണും. ഐസ്ക്രീം, ചോക്കലേറ്റ്, ജ്യൂസ് ഇതൊക്കെയാണ് തീയറ്ററിൽ സിനിമക്കപ്പുറമുള്ള സീനുവിന്റെ ഇഷ്ടങ്ങൾ.

അന്ന്.... അതൊരു ഹിന്ദി സിനിമയായിരുന്നു. തീയറ്ററിൽ അധികം ആളുകളുമില്ലായിരുന്നു. സീനു പതിവുപോലെ ഒരു ചോക്കലേറ്റ് നുണഞ്ഞ് അലസമായി സ്ക്രീനിലേക്ക് നോക്കിയിരുന്നു. ചിലപ്പോൾ അങ്ങനെയിരുന്ന് ഉറങ്ങിപ്പോവുന്ന പതിവുമുണ്ട്. സിനിമ അതിന്റേതായ ഒഴുക്കിൽ മുന്നോട്ടുനീങ്ങി. രാധ സിനിമയിൽ മുഴുകിയിരുന്നു.

പെട്ടെന്ന്, സീനു വലിയൊരലർച്ചയോടെ ചാടിയെഴുന്നേറ്റ് രാധയുടെ മേലേക്ക് വീണു. അവൾ തേങ്ങിത്തേങ്ങി കരയുന്നുണ്ടായിരുന്നു. സീനുവിന്റെ പെട്ടെന്നുള്ള കരച്ചിൽ കേട്ട് ചുറ്റും ഇരുന്നിരുന്ന ആളുകളും എഴുന്നേറ്റുവന്ന് കാര്യമന്വേഷിച്ചു. പക്ഷേ, സീനുവിന് പെട്ടെന്നെന്താണ് പറ്റിയതെന്ന് രാധക്കും മനസ്സിലായിരുന്നില്ല. രാധ സീനുവിനെയുമെടുത്ത് വേഗം തീയറ്ററിൽ നിന്നും പുറത്തുകടന്നു. സീനു അപ്പോഴും രാധയെ കെട്ടിപ്പിടിച്ച് വിതുമ്പി കരയുന്നുണ്ടായിരുന്നു.

വല്ലാതെ വേദനിച്ചപോലെ കരഞ്ഞുകൊണ്ടിരിക്കുന്ന സീനുവിനെ എന്തുചെയ്യണമെന്നറിയാതെ രാധ അവളെ തൊട്ടടുത്തുള്ള ഹെൽത്ത് ക്ലിനിക്കിലേക്ക് കൊണ്ടുപോയി. ശാരീരികപ്രശ്നങ്ങളൊന്നും ഇല്ലെന്നായിരുന്നു സീനുവിനെ പരിശോധിച്ചശേഷം ഡോക്ടറുടെ അഭിപ്രായം. എന്തെങ്കിലും കണ്ടു പേടിച്ചതാണോ എന്നായിരുന്നു ഡോക്ടറുടെ അടുത്ത ചോദ്യം. സീനു പേടിച്ചുനിലവിളിച്ച സമയത്ത് സിനിമയിൽ നടന്നുകൊണ്ടിരുന്ന സീൻ എന്തായിരുന്നു എന്ന് രാധ പെട്ടെന്നോർത്തെടുത്തു.

ഒരു ബോട്ട് അപകടത്തിൽ പെടുന്നതും അതിലുള്ളവരെല്ലാം മുങ്ങിത്താഴുന്നതുമായ കാഴ്ചകളായിരുന്നു ആ സമയം സ്ക്രീനിൽ നടന്നുകൊണ്ടിരുന്നത്. ഡോക്ടർ ഉടൻതന്നെ കാര്യങ്ങൾ കുറച്ചൊക്കെ ഊഹിച്ചെടുത്തു. ജലവുമായി ബന്ധപ്പെട്ട് സീനുവിന്റെ മനസ്സിൽ മറക്കാനാവാത്ത എന്തൊക്കെയോ മുറിവുകളുണ്ട് എന്ന് ഡോക്ടർ സംശയിച്ചു. സീനുവിനെ ഉടൻതന്നെ ഒരു ചൈൽഡ് സൈക്കോളജിസ്റ്റിന്റെ അടുത്തേക്ക് റഫർ ചെയ്യുകയും ചെയ്തു.

ചൈൽഡ് സൈക്കോളജിസ്റ്റുമായുള്ള കൂടിക്കാഴ്ചയിൽ സീനുവിന്റെ മനസ്സിനേറ്റ ആഘാതം ഒരു ബോട്ടപകടത്തിൽ നിന്നുമാണെന്ന് ഏകദേശം ഉറപ്പായി. എങ്കിലും, അവളെങ്ങിനെ ഒരു സെക്സ് റാക്കറ്റിൽ എത്തിപ്പെട്ടു എന്നതിനെക്കുറിച്ചു മാത്രം ഒന്നും മനസ്സിലാക്കാനായില്ല.

രാധ വർഗീസിനോടും സിസ്റ്റർ സെലിനോടും ഈ കാര്യങ്ങളെല്ലാം വിശദമായി പറഞ്ഞു. പുതിയതായി കിട്ടിയ വിവരങ്ങളുമായി വർഗീസ് വീണ്ടും കേരളത്തിലെ പോലീസ് ഡിപ്പാർട്മെന്റുമായി ബന്ധപ്പെട്ടു. വർഗീസിന്റെ എല്ലാ പരിശ്രമങ്ങൾക്കും രാധയും സിസ്റ്റർ സെലിനും കൂടെനിന്നു.

“മാഡം... കാര്യങ്ങൾ ഒരുവിധം പിടികിട്ടിയിട്ടുണ്ട്.” ഒരുദിവസം രാവിലെതന്നെ വർഗീസ് രാധയോട് വന്നുപറഞ്ഞു.

“രണ്ടുവർഷം മുന്നേ കേരളത്തിൽ ഒരു വിനോദസഞ്ചാര ബോട്ട് കടലിൽ മുങ്ങി കുറേപ്പേരെ കാണാതായി. അതിൽ ഒന്നുരണ്ടു കുട്ടികളും ഉണ്ട്. അതിൽ ഒരുകുട്ടിയുടെ പേര് സീനു എന്നാണ് പോലീസ് റിപ്പോർട്ടിലും അന്നത്തെ പത്രങ്ങൾ പരിശോധിച്ചപ്പോൾ അതിലും കാണിക്കുന്നത്. ”

വർഗീസ് കേരളത്തിലെ തന്റെ രാഷ്ട്രീയസ്വാധീനം ഉപയോഗിച്ച് വളരെ വിദഗ്ധമായിത്തന്നെ അന്വേഷിച്ചിരിക്കുന്നു. രണ്ടുവർഷം മുന്നെ നടന്ന ആ ബോട്ടപകടത്തിൽ മരിച്ചവരിൽ കാണാതായവരുടെ ഫോട്ടോകൾ പരിശോധിച്ചതിൽ സീനുവിന്റെ ഫോട്ടോയും ഉണ്ടായിരുന്നു.

ബോട്ടപകടത്തിൽപ്പെട്ട് ഉൾക്കടലിലേക്ക് ഒഴുകിപ്പോയെന്ന് വിചാരിച്ചിരുന്ന സീനു ഏതോ തീരത്തടിഞ്ഞിരുന്നു; ജീവനോടെതന്നെ... പക്ഷേ, അവളിലെ ജീവന്റെ തുടിപ്പ് തിരിച്ചറിഞ്ഞ് രക്ഷപ്പെടുത്തിയവർ ഒരുപക്ഷേ ഏതെങ്കിലും നിയമവിരുദ്ധ സംഘമായിരിക്കാം.. അല്ലെങ്കിൽ അവരുമായി ബന്ധമുള്ള ആരെങ്കിലുമായിരിക്കാം. അതായിരുന്നു വർഗീസിന്റെ വിലയിരുത്തൽ.

സീനുവിന്റെ മാതാപിതാക്കളും അപകടത്തിൽ മരിച്ചുപോയിരുന്നു. അവളുടെ വീട്ടിൽ മറ്റാരെങ്കിലുമുണ്ടോ എന്നു മാത്രമാണ് അറിയേണ്ടിയിരുന്നത്. അന്വേഷണത്തിനൊടുവിൽ വീട്ടിൽ അവൾക്കൊരു മുത്തശ്ശിയുണ്ട് എന്ന വിവരം ലഭിച്ചു.

സീനുവിനെക്കുറിച്ചുള്ള വിവരങ്ങൾ പോലീസ് ഡിപ്പാർട്മെന്റ് വഴി സീനുവിന്റെ മുത്തശ്ശിയെ അറിയിച്ചു.

സീനു ഇപ്പോഴും ജീവിച്ചിരിക്കുന്നുണ്ട് എന്നറിഞ്ഞപ്പോൾ ആ മുത്തശ്ശി സീനുവിനെ തിരികെക്കിട്ടാൻ രാജസ്ഥാനിൽ വരാൻ പോലും ഒരുക്കമായിരുന്നു. എന്നാൽ, എഴുപത്തഞ്ചു വയസ്സോളം പ്രായമായ അവരെ രാജസ്ഥാനിലേക്ക് വിളിപ്പിക്കാതെ രാധ സീനുവിനെയും കൊണ്ട് കേരളത്തിലേക്ക് പോകാൻ തയ്യാറായി. രാധയുടെ കൂടെപ്പോകാനും

കേരളത്തിൽ എത്തിയശേഷമുള്ള മറ്റെല്ലാകാര്യങ്ങൾക്കും വർഗീസിനെത്തന്നെയാണ് സിസ്റ്റർ സെലിൻ ഏർപ്പാടാക്കിയത്.

അങ്ങനെ രാധയും വർഗീസും സീനുവിനെയും കൂട്ടി കേരളത്തിലേക്കു തിരിച്ചു. പോലീസ് നൽകിയ അഡ്രസ് പ്രകാരം കോഴിക്കോട് ജില്ലയിലെ ഒരുൾനാടൻ ഗ്രാമത്തിലായിരുന്നു അവളുടെ വീട്. ആ വീട്ടിൽ സീനുവിന്റെ മുത്തശ്ശി ഒറ്റക്കായിരുന്നു താമസം. രണ്ടുവർഷം മുൻപ് മുത്തശ്ശിക്ക് നഷ്ടപ്പെട്ടു എന്നുകരുതിയ കൊച്ചുമോൾ ജീവനോടെ ഇരിക്കുന്നു എന്നും തിരികെ വീട്ടിലേക്ക് വരുന്നു എന്നും അറിഞ്ഞപ്പോൾ സീനുവിനെ സ്വീകരിക്കാൻ ആ നാടുമുഴുവൻ മുത്തശ്ശിയുടെ വീട്ടിൽ ഒത്തുകൂടി.

വർഗീസും രാധയും സീനുവും സീനുവിന്റെ വീട്ടിലെത്തി. പോലീസ് ഡിപ്പാർട്ട്മെന്റിലെ മുതിർന്ന ഉദ്യോഗസ്ഥരുടെ സാന്നിധ്യത്തിൽ തന്നെയാണ് രാധ സീനുവിനെ അവളുടെ മുത്തശ്ശിയെ ഏൽപ്പിച്ചത്.

മുത്തശ്ശിയെ കണ്ടതും സീനു പെട്ടെന്നുതന്നെ അവരെ തിരിച്ചറിയുകയും ഓടിച്ചെന്ന് സ്നേഹപ്രകടനം നടത്തുകയും ചെയ്യുന്ന അത്യന്തം ഹൃദയസ്പർശിയായ കാഴ്ചകളൊക്കെ രാധയും വർഗീസും അവിടത്തെ നാട്ടുകാർക്കൊപ്പം കൺകുളിർക്കെ കണ്ടുനിന്നു. എങ്കിലും, ഉടൻതന്നെ സീനുവിനെ അവിടെ വിട്ടിട്ടു പോരാൻ രാധയുടെ മനസ്സ് സമ്മതിച്ചില്ല. സീനുവിനും ആ സമയത്ത് രാധയെ പിരിഞ്ഞിരിക്കുക സാധ്യമല്ലായിരുന്നു. പിന്നീടുള്ള ഒരാഴ്ച്ച രാധ സീനുവിന്റെ കൂടെ ആ വീട്ടിൽ താമസിച്ചു. സ്നേഹമയിയായ ആ മുത്തശ്ശി രാധയെ സ്വന്തം മകളെപ്പോലെ സ്നേഹിച്ചു.

സീനു അവളുടെ കളിക്കൂട്ടുകാരുടെ കൂടെ പെട്ടെന്നുതന്നെ ഇടപഴകിത്തുടങ്ങി. മനസ്സിലെ ഭയാശങ്കകളൊക്കെ മാറി അവൾ സാധാരണ ജീവിതത്തിലേക്ക് തിരിച്ചുവന്നു. പ്രായത്തിന്റേതായ പ്രശ്നങ്ങളൊക്കെ ഉണ്ടെങ്കിലും സീനുവിനെ തിരിച്ചു കിട്ടിയപ്പോൾ ജീവിതം തിരിച്ചുകിട്ടിയ സന്തോഷമായിരുന്നു മുത്തശ്ശിക്കും...

ഒരാഴ്ചയിലധികം അവിടെ നിൽക്കാൻ രാധക്കാവില്ലായിരുന്നു. കേരളത്തിലേക്ക് വരാൻ തീരുമാനമായ ആ നിമിഷംമുതൽ രാധയുടെ മനസ്സ് ഓർമകളുടെ ചക്രവ്യൂഹങ്ങളിൽപ്പെട്ടുഴലാൻ തുടങ്ങിയിരുന്നു. കാലങ്ങൾക്കുശേഷം വീണ്ടും ദുഃസ്വപ്നങ്ങൾ രാധയെ വേട്ടയാടാൻ തുടങ്ങി. പലരാത്രികളിലും ദാദിമയുടെ ആക്രോശങ്ങളിൽ ഞെട്ടിയുണർന്ന് രാധ ഇരുട്ടിൽ പേടിച്ചുവിറച്ചിരുന്നു. ഒരോടക്കുഴൽവിളിയുടെ സാന്ത്വനനാദം അവളെ വീണ്ടും തഴുകിയുറക്കി.

കേരളത്തിലേക്കുള്ള ട്രെയിൻ യാത്രക്കിടെ രാധ ഗുരുവായൂർ ക്ഷേത്രദർശനം നടത്താനുള്ള തന്റെ ആഗ്രഹം വർഗീസിനോടു പറഞ്ഞിരുന്നു. രാധയുടെ ആഗ്രഹം നടത്തിക്കൊടുക്കാനുള്ള എല്ലാ ഏർപ്പാടുകളും ചെയ്തിട്ടാണ് വർഗീസ് തിരിച്ച് രാജസ്ഥാനിലേക്ക് പോയത്. ഗുരുവായൂരിലെത്തിയാൽ രാധക്ക് താമസിക്കാനുള്ള ഹോട്ടൽ സൗകര്യങ്ങൾ ഉറപ്പാക്കി. എന്താവശ്യത്തിനും വിളിക്കാനായി സുഹൃത്തുക്കളുടെയും തന്റെ വീട്ടുകാരുടെയും മേൽവിലാസങ്ങളും ഫോൺ നമ്പറുകളും നൽകി.

സീനുവിന്റെ അമ്മൂമ്മയും ഒരു തികഞ്ഞ ഗുരുവായൂരപ്പ ഭക്തയായിരുന്നു. അമ്മൂമ്മ പറഞ്ഞുകൊടുത്ത കണ്ണന്റെ കഥകളും പാട്ടുകളും കേട്ടാണ് സീനു വളർന്നത്. അക്ഷരങ്ങൾ ഉച്ചരിക്കാൻ തുടങ്ങിയകാലം മുതൽ സീനു അമ്മൂമ്മയുടെ മടിയിലിരുന്ന് അവർ ചൊല്ലുന്ന പ്രാർത്ഥനകളൊക്കെ കൊഞ്ചിപ്പറയുമായിരുന്നു. അങ്ങനെയാണ് അമ്മൂമ്മയുടെ 'ഗുരുവായൂരപ്പൻ' സീനുവിന്റെ 'ഗുരാപ്പ്' ആയിമാറിയത്. പിന്നീട് ആ വിളി അവൾ മാറ്റിയതുമില്ല.

എത്ര അവിശ്വസനീയമാണ് ചില യാദൃശ്ചികതകൾ! വിധിയുടെ ക്രൂരമായ വിളയാട്ടങ്ങളിൽനിന്നും അവളെ രക്ഷിച്ചെടുക്കാൻ കാലം കൊടുത്തൊരു കോഡ് വേർഡ് ആയിമാറി ആ മൂന്നക്ഷരങ്ങൾ!

നമ്മൾ പോലുമറിയാതെ നമ്മുടെ മനസ്സിലെ തീവ്രദുഃഖങ്ങളും പ്രതീക്ഷകളും കണ്ണും കരളുമെത്താത്ത ദൂരങ്ങളിൽ പ്രതിഫലിക്കുന്നു എന്ന് രാധ വീണ്ടുമോർത്തു.

ഒരാഴ്ചക്കു ശേഷം സീനു അവളുടെ സാധാരണ ജീവിതത്തിലേക്ക് മുഴുവനായും തിരിച്ചുവന്നെന്ന് ഉറപ്പായപ്പോൾ രാധ അവിടെനിന്നും മടങ്ങാൻ തീരുമാനിച്ചു.

രാധ തന്റെ ബാല്യത്തിലേക്ക്..

ഓർമകളിലേക്ക്...

ഇനിയൊരിക്കലുമൊരു തിരിച്ചുപോക്കുണ്ടാവില്ലെന്ന് വിചാരിച്ച അവളുടെ 'ഗുരാപ്പ' യുടെ തിരുസന്നിധിയിലേക്ക് യാത്രതിരിച്ചു...

16

ഗുരുവായൂരപ്പന്റെ തിരുനടയിലേക്ക് പ്രവേശിക്കാനുള്ള വരി ദൂരെ മഞ്ജുളാലിന്റെ അടുത്തുവരെ എത്തിനിൽക്കുമ്പോഴാണ് രാധയവിടെയെത്തുന്നത്.

ചുറ്റും ഒഴുകിനീങ്ങുന്ന ജനാവലി. എന്തുചെയ്യണമെന്നറിയാതെ രാധ ഒരു നിമിഷം പകച്ചുനിന്നു.

"ഈ ക്യൂ അമ്പലത്തിനുള്ളിലേക്കാണോ?" വരിയിൽ നിന്നിരുന്ന ഒരാളോട് അവൾ ചോദിച്ചു.

രാധയുടെ ചോദ്യം കേട്ട് അയാൾ സംശയത്തോടെ അവളെ അടിമുടിയൊന്ന് നോക്കി. അതുപോലും അറിയാതിരിക്കാൻ മാത്രം നിങ്ങളേത് നാട്ടുകാരിയാണ് ഹേ?! എന്നതാവാം അയാളുടെ മനസ്സിൽ. കുളിച്ചൊരുങ്ങി കസവ് മുണ്ടും വേഷ്ടിയും ധരിച്ചാണ് മിക്കവരുടേയും നിൽപ്പ്. കണ്ണനെ കാണാനുള്ള ഫോർമൽ ഡ്രസ്സ് കോഡ് ഇതാണെന്ന് തോന്നുന്നു! രാധ തലയിലൂടെ ഇട്ടിരുന്ന സാരിയുടെ തലപ്പ് ഒന്നുകൂടെ ശരിയാക്കിയിട്ടു.

ഒരു ടൈം ട്രാവലർ ബസ്സിൽ നിൽക്കുന്ന സഞ്ചാരിയെപ്പോലെ രാധ ആ ക്യൂവിൽ നിന്നു. മനസ്സിലെ സമയസഞ്ചാരി കാലത്തിന്റെ പാതകളിലൂടെപുറകോട്ടു പോകുന്നു. കടന്നുവന്ന ബസ്‌സ്റ്റേഷനുകളിൽ ഓരോന്നിലായി ആ വാഹനം നിൽക്കുന്നു. ഓരോ സ്റ്റോപ്പുകളിലും ഓർമകളുടെ തിക്കും തിരക്കും. പലതും അവളെ എത്തിപ്പിടിക്കാനായി ജനലിലൂടെ അകത്തേക്ക് കൈനീട്ടുന്നു.

രാധയെന്ന സഞ്ചാരി വീണ്ടും പുറകോട്ടു നീങ്ങുന്നു.

സന്തോഷത്തിന്റെയും സമാധാനത്തിന്റെയും സ്റ്റേഷനുകൾ കടന്ന് ഒടുവിൽ ടൈം ട്രാവലർ ഒരു മരുഭൂമിയുടെ അനന്തതയിലേക്ക് കയറി. ചുറ്റും മണൽക്കൂനകളും മുൾച്ചെടികളും മാത്രം. രാധയുടെ മനസ്സിൽ ഭയം ഇരച്ചുകയറി. ഏതോ അജ്ഞാതമായ ഒരിടത്ത് ഒരു

ഞെരക്കത്തോടെ വാഹനത്തിന്റെ എൻജിൻ സ്റ്റോപ്പ് ആകുന്നു. കാറ്റിന്റെ വന്യമായ ശബ്ദം. ശ്വാസനാളങ്ങൾക്കകത്തേക്കുവരെ മണൽക്കാറ്റ് ചീറിയടിക്കുന്നു. ഓർമകളെ കൊട്ടിയടക്കാനെന്നോണം അവൾ കണ്ണുകളിറുക്കിയടച്ചു.

ഇല്ല...രക്ഷയില്ല..

ബലിക്കല്ലിൽ വച്ച ചോറുരുളപോലെ രാധ ചെറുതായി. ഒരിക്കലും കാണാനാഗ്രഹിക്കാത്ത മരണംമണക്കുന്ന ഭയാനകമായ മണലോർമ്മകളുടെ കറുത്ത കാക്കകൾ ചുറ്റും പറന്നു..

അവ താണുതാണുവന്ന് രാധക്കുമേലെയിരുന്നു. കാലുകൾകൊണ്ട് ചിക്കിപ്പറിച്ചു. ചിതറിപ്പോയ അവളെ അവ കൊത്തിയെടുത്തു.

നിമിഷങ്ങൾ കടന്നുപോയി. മരവിച്ചുപോയ മനസ്സിൽ ടൈം ട്രാവലർ വീണ്ടും യാത്രയാരംഭിച്ചു.. സമയരഥം പുറകോട്ടു നീങ്ങി. ഒരാശ്വാസത്തോടെ അവൾ നെടുവീർപ്പിട്ടു.

ഏതൊക്കെയോ നാടുകൾ, ബസ് സ്റ്റേഷനുകൾ. ഒടുവിൽ മുഷിഞ്ഞു കീറിയ ഉടുപ്പിട്ടൊരു കുട്ടിയായി അവൾ ഒരിടത്തെത്തി. മുഖത്തെന്തോ വന്നിടിച്ച വേദനയിൽ കണ്ണുതുറന്നു. ഓടക്കുഴലുകൾ നിറച്ച സഞ്ചിയുമായി ഒരാൺകുട്ടി മുന്നിൽ. ടൈം ട്രാവലറിലിരുന്ന് കൗതുകത്തോടെ രാധ അവനെ നോക്കി. അവൻ അവളെ നോക്കി പുഞ്ചിരിച്ചു. ചുറ്റും പുല്ലാങ്കുഴലിന്റെ മധുരനാദം. രാധയുടെ ചുണ്ടുകൾ വിതുമ്പി. കണ്ണുകൾ നിറഞ്ഞൊഴുകി. അവളുടെ ഹൃദയാന്തരങ്ങളിൽ നിന്നും ഒരു ചോദ്യമുണർന്നു...

"എവിടെയാണ് നീയിപ്പോൾ?" അവൻ ചിരിച്ചു; ഒരായിരം അമ്പലമണികൾ ഒന്നിച്ചുയരുന്നപോലെ അവൻ നിഷ്കളങ്കമായി ചിരിച്ചു. അവൾ അവനെ അതേ വിടർന്ന കണ്ണുകളോടെ നോക്കി.

അവനൊരോടക്കുഴലെടുത്ത് ചുണ്ടോട് ചേർത്തു....

അവൾ വീണ്ടും ചോദിച്ചു... "നീ എവിടെയാണിപ്പോൾ..."

പൊന്നോടക്കുഴൽ അരയിൽ തിരുകിക്കൊണ്ടവൻ പറഞ്ഞു... "ഞാൻ എവിടെയും പോയിട്ടില്ല... ഇവിടെത്തന്നെയുണ്ട്. നീയല്ലേ എന്നെ വിട്ടിട്ടു പോയത്?" അവന്റെ കണ്ണുകളിൽ കുസൃതി നിറഞ്ഞു.

"ഞാൻ വിട്ടിട്ടു പോയതല്ലല്ലോ... മനസ്സുരുകി കരഞ്ഞില്ലേ... പോകാതിരിക്കാൻ ആവുന്നതെല്ലാം ചെയ്തില്ലേ... എന്നിട്ടും ഈ ലോകത്തിന്റെ ക്രൂരമായ കൈകളിലേക്ക് നീ എന്തിനെന്നെ വിട്ടുകൊടുത്തു?"

അവന്റെ മുഖം ദൃഢമായി... വാക്കുകൾ ശാന്തഗംഭീരമായൊഴുകി..

"രാധാ.... ഈ ലോകം നമുക്കു മാത്രമുള്ളതല്ല.. നമ്മുടെ ആഗ്രഹങ്ങൾക്കു വേണ്ടി മാത്രമുള്ളതല്ല. ഓളപ്പരപ്പിലെ പൊങ്ങുതടിക്ക് ഒഴുക്കാണ് ജീവിതം. പക്ഷേ, ആ ഒഴുക്കിനപ്പുറവും ചിലതുണ്ട്; അനന്തമായ പ്രപഞ്ചശക്തി. നമ്മുടെ മനസ്സിലെ ആഴമേറിയ ആഗ്രഹങ്ങൾക്കുമുണ്ട് അപാരമായ ശക്തി. ഈ ശക്തികളൊന്നാകുന്ന നിമിഷങ്ങളിൽ അത്ഭുതങ്ങൾ സംഭവിക്കുന്നു. ലോകത്തിന്റെ വിധിന്യായങ്ങൾക്കെല്ലാമപ്പുറമാണ് കാലത്തിന്റെ തീർപ്പുകൾ."

രാധയുടെ മനസ്സ് ധ്യാനാത്മകമായി.

"ഇതാ ഈ നിമിഷം മനസ്സും പ്രപഞ്ചവും ഒന്നിച്ചുചേർന്നിരിക്കുന്നു. ഇനിയും ഈ തുരുമ്പിച്ച ടൈം ട്രാവലറിലിരിക്കാതെ ഭവതി സന്തോഷവതിയായി താഴെയിറങ്ങിയാലും. സമയമായിരിക്കുന്നു.." അവൻ വീണ്ടും ചിരിച്ചു.

മനസ്സിന്റെ അകത്തളങ്ങളെ പ്രകമ്പനം കൊള്ളിച്ച ആ ചിരിയിൽ രാധ ഞെട്ടിയുണർന്നു....

അവളറിയാതെ അവളുടെ കാലടികൾ ക്യൂവിൽ ഏറെദൂരം മുന്നോട്ടു പോയിരിക്കുന്നു. മുന്നിൽ സ്വർണനിറത്തിലുള്ള തിളങ്ങുന്ന വലിയ

വാതിൽ. ശില്പചാതുരി നിറഞ്ഞ കൽത്തൂണുകളും ഇരുവശങ്ങളിലും മനംമയക്കുന്ന ചുമർചിത്രങ്ങളും. രാധ ആ ചുമർചിത്രങ്ങളിലേക്ക് കൗതുകത്തോടെ നോക്കി. ഭഗവാന്റെ കഥകൾ പറയുന്ന മനോഹരങ്ങളായ ചിത്രങ്ങൾ.

ഭക്തി വഴിഞ്ഞൊഴുകുന്ന ദൃശ്യവിസ്മയങ്ങളുടെ ആ ലോകത്ത് രാധ സ്വയംമറന്നുനിന്നു.

പെട്ടെന്ന്, വലിയൊരു തിരവന്ന് തള്ളിയപോലെ അവളാ തിരക്കിൽ വാതിലിനകത്തേക്കു വീണു. ഏതോ കൈകളവളെ പിടിച്ചുയർത്തി. ശബ്ദമുഖരിതമായിരുന്നു അവിടം. ആനയും അമ്പാരിയും, പഞ്ചവാദ്യവുമെല്ലാമവൾ കൺകുളിർക്കെ കണ്ടു. മേലെ കഴുക്കോലുകളിൽ അമ്പലപ്രാവുകൾ കുറുകുന്നു. ഓരോ വിടവുകളിലൂടെയും നേർത്ത നീർച്ചാലുകൾപോലെ ഒഴുകിയിറങ്ങുന്ന സൂര്യപ്രകാശം. വിളക്കുനാളങ്ങളുടെ മാസ്മരിക കാന്തി. അതോടൊപ്പം ഒഴുകിപ്പരക്കുന്ന ഓടക്കുഴൽനാദം..

അതെവിടെനിന്ന്? അവൾ ചുറ്റും നോക്കി.

ഇല്ല, അവിടെയാരും ഓടക്കുഴൽ വായിക്കുന്നില്ല. ഉറവിടമെവിടെയെന്നറിയാത്ത ആ മധുരനാദം അവൾക്കുചുറ്റും അലയടിച്ചു. ഒരു സാന്ത്വനസ്പർശം രാധയെ മുന്നോട്ട് നടത്തിച്ചു. അവളുടെ കൈകൾ അറിയാതെ നെഞ്ചോട് ചേർന്നു.

വീണ്ടുമൊരു വലിയ വാതിലിനരികിലെത്തിയിരിക്കുന്നു. പുറകിൽനിന്നുള്ള അടുത്തൊരു തിരയുടെ തള്ളലിൽ രാധ വീണ്ടും മുന്നോട്ടാഞ്ഞു. ആ ശക്തിയിൽ അവൾ തൃപ്പടി കടന്നു.

മുന്നിൽ നിലവിളക്കുകളുടെ വെളിച്ചപ്രവാഹങ്ങൾക്കിടയിൽ ഒരു കുഞ്ഞുരൂപം. കുസൃതിയുടെ കമനീയ വിഗ്രഹം. അവളെ കൗതുകത്തോടെ നോക്കുന്നൊരു പട്ടുകോണകക്കാരൻ. ഉണ്ണിക്കണ്ണൻ.. ഗുരുവായൂരപ്പൻ.

രാധയുടെയും സീനുവിന്റെയും 'ഗുരാപ്പാ!'

ഓടക്കുഴൽനാദം അവളുടെ ഉള്ളിലേക്കൊഴുകി; അതോ ഉള്ളിൽ നിന്ന് പുറത്തേക്കോ? ഒരായുഷ്കാലത്തിലെ ഓർമകൾ മുഴുവൻ അവളിൽ തിരയടിച്ചുയർന്നു. ഗോപുരവാതിലിന്റെ പുറത്തുനിന്നിരുന്ന മുഷിഞ്ഞ കുപ്പായക്കാരിക്ക് അകത്തേക്ക് കടക്കാനുള്ള ചെറിയ ദൂരത്തിന്റെ വലിയ കാലക്കണക്കുകളിൽ അവൾ നിശ്ചലയായി.

പരീക്ഷണങ്ങളുടെയും അതിജീവനത്തിന്റെയും പെരുമഴക്കാലങ്ങളും തീമണൽക്കാറ്റുകളും രാധയുടെ മനസ്സിനെ വീണ്ടും പ്രകമ്പനം കൊള്ളിച്ചു. കാലങ്ങളായി മനസ്സിന്റെ അന്തരാളങ്ങളിൽ ഉറഞ്ഞു കിടന്നിരുന്ന സങ്കടങ്ങളുടെ അഗ്നിപർവതം പൊട്ടിയൊഴുകി. ആ ചൂടിലവൾ വിറകൊണ്ടു.

ഉള്ളിന്റെയുള്ളിൽനിന്ന് അവളാർത്തു വിളിച്ചു... "ഗുരാപ്പാ....."

നെഞ്ചുപൊട്ടി അവൾ വീണ്ടുംവീണ്ടും വിളിച്ചു.... "ഗുരാപ്പാ...."

അവളുടെ കണ്ണുകളിൽ ആയിരം തിരിപടർന്നു.

ആ വെളിച്ച പ്രവാഹത്തിൽ.. നാദപ്രവാഹത്തിൽ രാധ സ്വയംമറന്നു.

അവളുടെ മനസ്സൊരു കർപ്പൂരപ്പുകയായി ആ ദീപനാളങ്ങൾക്കിടയിലെങ്ങോ അപ്രത്യക്ഷമായി.

17

"അമ്മാ......ആർ യു ഓക്കേ?" കബീറിന്റെ ശാന്തമായ സ്വരം കാതിൽ.

"ആനന്ദമ്മാ....കുറച്ചു വെള്ളം കുടിക്കൂ..." ഭദ്ര വല്ലാതെ പരിഭ്രമിച്ചിരിക്കുന്നു.

ആനന്ദമ്മ പതിയെ കണ്ണുതുറന്നു. മുറിയിലെ കട്ടിലിലാണ് കിടക്കുന്നത്.

രാത്രി ഏറെ ഇരുട്ടിയിരിക്കുന്നു. ചീവീടുകളുടെയും ചുമരിലെ ഘടികാരത്തിന്റെയും താളാത്മകമായ ശബ്ദം മാത്രം.

കട്ടിലിന്റെ ഇരുവശത്തുമായി കബീറും ഭദ്രയുമിരിക്കുന്നു.

"നമ്മൾ ഉമ്മറത്തായിരുന്നില്ലേ? ഞാനെങ്ങനെ ഇവിടെയെത്തി?"

"അമ്മ മറ്റേതോ ലോകത്തിലേക്കു പോയി... രാജസ്ഥാനി സ്ത്രീയുടെ കഥ പറഞ്ഞുപറഞ്ഞ് അമ്മ ഒടുവിൽ അവരായി മാറി അല്ലേ?"

ഭദ്ര ചോദിച്ചു.

കബീർ ആനന്ദമ്മയുടെ മുഖത്തേക്ക് ഇമവെട്ടാതെ നോക്കിയിരുന്നു. ഒരായിരം ചോദ്യങ്ങൾ കബീറിന്റെ ഉള്ളിൽ തിരതല്ലുന്നത് കാണാം. ആ ചോദ്യങ്ങളുടെ കുരുക്കുകളെല്ലാം ആനന്ദമ്മതന്നെ അഴിക്കുമെന്നും അവനറിയാം. ശാന്തതയും ക്ഷമയുമാണല്ലോ കബീറിന്റെ എന്നത്തേയും സ്ഥായീഭാവം.

"അതെ.. ഞാനെന്നെത്തന്നെ മറന്നുപോയി. പക്ഷെ, ഞാനെങ്ങിനെ ഇവിടെയെത്തി?"

“കഥ പറയുന്നതിനിടയിൽ അമ്മ വല്ലാത്തൊരവസ്ഥയിലായി. ശരീരമാകെ വിറക്കുന്നുണ്ടായിരുന്നു. പിന്നെ വിളിച്ചിട്ടൊന്നും മിണ്ടുന്നില്ല.. കണ്ണും തുറക്കുന്നില്ല. ആകെ പേടിച്ചുപോയി. ”

ഭദ്ര ആനന്ദമ്മയുടെ കാലുതടവിക്കൊണ്ട് പറഞ്ഞു.

“എന്നാൽ നമുക്ക് ഡോക്ടറെ വിളിക്കാമെന്ന് പറഞ്ഞപ്പൊൾ യാതൊരനക്കവും ഇല്ലാതിരുന്ന അമ്മ പെട്ടെന്നെഴുന്നേറ്റ് ഒരൊറ്റ നടത്തം.. ഭദ്ര വന്ന് കൈ പിടിക്കാൻ നോക്കിയപ്പോൾ അവളുടെ കൈയ്യൊക്കെ തട്ടിമാറ്റി അമ്മ വേഗത്തിലൊരു പോക്കായിരുന്നു.. ‘കൈവിട് ഭദ്രേ..’ എന്നൊരാഞ്ജയും!” അതുപറയുമ്പോൾ കബീറിന്റെ മുഖംനിറയെ ചിരിയായിരുന്നു. ആനന്ദമ്മ സാധാരണ നിലയിലേക്ക് തിരിച്ചുവന്നതിന്റെ ആശ്വാസമാണ് ആ മുഖത്ത്.

“ആഴമേറിയ ഓർമകൾ ഒരു അലകടലാണ്. അതിലേക്ക് തോണിയുമായിറങ്ങിയാൽ ചിലപ്പോൾ തിരിച്ചുവരാനാവാത്ത വിധം മുങ്ങിത്താഴാം.. അല്ലെങ്കിൽ വലനിറയെ മീനുമായി തിരികെവരാം.” ആനന്ദമ്മ മുഖത്തുനിന്നും കണ്ണടയൂരി സാരിത്തലപ്പെടുത്തു തുടച്ചുകൊണ്ട് പറഞ്ഞു.

“ഇങ്ങനെയാണെങ്കിൽ അമ്മ ഇനി തോണിയിറക്കണ്ട! വലിച്ചുകയറ്റി എന്റെ കൈകുഴഞ്ഞു!” ചിരി മായാത്ത മുഖവുമായി കബീർ ആനന്ദമ്മയുടെ അരികിലേക്ക് ചെന്ന് ആ നെറുകയിൽ ചുണ്ടുകളമർത്തി.

കബീർ പറഞ്ഞതൊന്നും ഭദ്രക്കത്ര പിടികിട്ടിയില്ലെന്ന് തോന്നുന്നു. അവളുടെ മനസ്സിൽ മറ്റുചിലതാണ്...

“ആനന്ദമ്മാ..... രാധ സീനുവിനെ പിന്നെ കണ്ടതേയില്ലേ?”

“കണ്ടു... രാധക്ക് സീനുവിനെ എങ്ങനെ കാണാതിരിക്കാൻ പറ്റും?” കണ്ണാടി വീണ്ടും അലക്ഷ്യമായി തുടച്ചുകൊണ്ട് ആനന്ദമ്മ ചിന്തയിലാണ്ടു.

രാധയുടെ ചാരംമൂടിയ മനസ്സിനകത്തെ കരിഞ്ഞുണങ്ങിയൊരു വൃക്ഷത്തിന്റെ തായ്‌വേരിനകത്ത് വറ്റാതെ നിന്നൊരു ജലബിന്ദുവിൽനിന്നും ആകാശനീലിമയും ഓടക്കുഴൽവിളിയും തിരിച്ചെടുത്തവളാണ് സീനു. കാലത്തിന്റെ കൈകളിൽ സൂക്ഷിച്ചുവച്ചിരുന്ന ആ ചുവന്ന മോതിരത്തിലൂടെ രാധയുടെ മനസ്സിന്റെ ഉള്ളറകളിലേക്ക് വെളിച്ചം വീശിയവളാണ് സീനു.

"സീനുവിനെ മുത്തശ്ശിയെ ഏൽപ്പിച്ചതിനുശേഷം രാധ തിരിച്ച് രാജസ്ഥാനിലേക്ക് പോയോ?" നിശബ്ദതയെ ഭേദിച്ച് ഭദ്രയുടെ പതിഞ്ഞശബ്ദം പുറത്തേക്കൊഴുകി.

"പോയി.. പക്ഷെ പോകുന്നതിനുമുമ്പ് മറ്റുചിലതുകൂടി സംഭവിച്ചു.."

ആനന്ദമ്മ വീണ്ടുമൊരു മൗനത്തിലേക്കാണ്ടു പോകാതിരിക്കാനാവണം കബീർ ആ കൈകളിൽ നിന്നും കണ്ണാടിയെടുത്ത് കണ്ണിലേക്ക് വച്ചുകൊടുത്തു. എന്നിട്ടാ കൈത്തലമെടുത്ത് തടവിക്കൊണ്ടേയിരുന്നു.

ആനന്ദമ്മ പറഞ്ഞുതുടങ്ങി... പൊട്ടിയും പൊടിഞ്ഞും, ചിലപ്പോൾ ഒഴുക്കോടെയും, ചിലപ്പോൾ നിശബ്ദതയിൽ മുങ്ങിനിവർന്നുമെല്ലാം വാക്കുകൾ പുറത്തേക്ക് വന്നു.

അമ്പലത്തിൽ നിന്നിറങ്ങിയപ്പോഴേക്കും വെയിലിന് ശക്തികൂടിയിരുന്നു. തിരിച്ച് മുറിയിലേക്ക് നടന്നു. നടക്കുന്ന വഴികളിലെല്ലാം കാലം ഘനീഭവിച്ചു നിന്നു. ഏതോ ഒരു ചെറിയ ഹോട്ടലിനു മുന്നിലെത്തിയപ്പോൾ അവളുടെ കാലുകൾ പിടിച്ചുകെട്ടിയപോലെ നിന്നു... കാലങ്ങൾക്കപ്പുറത്തേക്ക് മനസ്സിനെ എടുത്തെറിഞ്ഞപോലെ ഒരു മണം രാധയുടെ നാസാരന്ധ്രങ്ങളിലേക്ക് തുളച്ചുകയറി. വായിൽ വെള്ളമൂറി. ആ മണംപിടിച്ച് അവൾ ഹോട്ടലിലേക്കു കയറി.

എന്തായിരുന്നു അതിന്റെ പേര്? ഓർമവരുന്നില്ലല്ലോ... രാധ ചുറ്റും നോക്കി. ചുമരിൽ എഴുതിവച്ചിരിക്കുന്ന മെനുവിലൂടെ കണ്ണോടിച്ചു. ഇല്ല വായിക്കാൻ പറ്റുന്നില്ല. മലയാളം അത്യാവശ്യം പറയാൻ പഠിച്ചെങ്കിലും മലയാളം അക്ഷരം ഒരു കീറാമുട്ടിത്തന്നെയാണ് രാധക്ക്.

സപ്ലയർ ഓർഡർ എടുക്കാനായി വന്നു.

"എന്തുണ്ട് കഴിക്കാൻ..?"

"ഇഡ്ലിദോസുപ്പുമാവടപുട്ട്.." ഒറ്റശ്വാസത്തിലയാളത് പറഞ്ഞു..

ഇത് ഒരു ഭക്ഷണസാധനത്തിന്റെ പേരാണോ?! രാധ സപ്ലയറുടെ മുഖത്തേക്കു നോക്കി അന്തിച്ചിരുന്നു.

"കഴിക്കാൻ എന്താണ് വേണ്ടത്?" അയാൾ വീണ്ടും ചോദിച്ചു.

"റൌണ്ട് റൌണ്ട് ആയ ഒരു സാധനമില്ലേ.. അത്.."

രാധയുടെ മട്ടും ഭാവവും കണ്ടിട്ടാവണം അയാൾ ക്യാഷ് കൗണ്ടറിൽ നിന്നും മാനേജരെ കൂട്ടിക്കൊണ്ടുവന്നു.

"ആപ്കോ ക്യാ ചാഹിയെ മാഡം?" രാധ ആ നാട്ടുകാരിയല്ലെന്ന് അയാൾ ഒറ്റനോട്ടത്തിൽ മനസ്സിലാക്കി.

സമാധാനമായി! രാധ അയാളോട് മനസ്സിലുള്ള ഭക്ഷണത്തിന്റെ ആകൃതി വിവരിച്ചു കൊടുത്തു..

അയാൾ ചിരിച്ചുകൊണ്ട് സപ്ലയറോട് പറഞ്ഞു... "ഒരു പ്ളേറ്റ് ഉഴുന്നുവട"

"ഹാ... അതുതന്നെ.. ഉളുന്തുവടൈ!" ഒരുകൊച്ചുകുട്ടിയുടെ ആഹ്ളാദത്തോടെ രാധ ചിരിച്ചു. രണ്ട് പ്ളേറ്റ് ഉഴുന്നുവടയും കാപ്പിയും കഴിച്ചിട്ടാണ് രാധ അവിടെനിന്നിറങ്ങിയത്.

മുരുകൻ അവളോടൊപ്പമുള്ളതുപോലെ തോന്നി രാധക്ക്. അവന്റെ ശബ്ദം കാതിൽവീഴുന്നതുപോലെ.. രാധയുടെ നടത്തത്തിന്

വേഗത കൂടി; കഴിഞ്ഞുപോയ കാലത്തിനെ ചുരുട്ടിയെടുത്ത് കൈവെള്ളയിലൊതുക്കിയ ഒരനുഭവപ്രതീതി. ചുറ്റും ആളുകൾ ഒഴുകിനീങ്ങുന്നു. അവർക്കിടയിലൂടെ കൗതുകത്തോടെ കാഴ്ചകൾ കണ്ട് അവൾ നടന്നു.

റൂമിലെത്തിയപ്പോഴേക്കും വല്ലാതെ ക്ഷീണിച്ചു. പിന്നെയൊരുറക്കം. ഏറെ നേരം ഉറങ്ങിയിട്ടുണ്ടാവണം. ഉണർന്നെണീറ്റ് ജനലിലൂടെ ആകാശം നോക്കി ഏറെനേരം നിന്നു. മൺപുറ്റുകളിൽനിന്നും പറന്നുയർന്ന ഈയാംപാറ്റകളെപ്പോലെ ഓർമകൾ അവളെ ചുറ്റിപ്പറന്നു. അസ്തമനസൂര്യന്റെ അവസാനത്തെ വിറയാർന്ന നാളങ്ങളും പിൻവാങ്ങിത്തുടങ്ങിയപ്പോൾ രാധ മുറിപൂട്ടി പുറത്തേക്കിറങ്ങി.

വെളിച്ചത്തിന്റെ വഴികളിൽ നിന്നും ഇരുട്ടിന്റെ വഴികളിലൂടെ രാധ നടന്നു. ഏതൊക്കെയോ ഊടുവഴികളിലൂടെ അവളുടെ കാലുകൾ ചലിച്ചു. വെളിച്ചത്തിന് കാണിച്ചുതരാൻ പറ്റാത്ത പലതും ഇരുട്ട് തുറന്നുതരുമെന്ന് രാധക്കറിയാം. ഇരുട്ടിലെ ജീവിതങ്ങളും ഇരുളിലാണ്ട ജീവിതങ്ങളുമെല്ലാം അവൾ കണ്ടപോലെ കണ്ടവരാരുണ്ട്!

ആ യാത്രയിൽ വേദനിപ്പിക്കുന്ന പല കാഴ്ചകളും കണ്ണിലുടക്കി. ഇരുളിന്റെ മറവിൽ കടലാസും ചാക്കുകളും വിരിച്ച് തലചായ്ക്കുന്ന തെരുവിന്റെ മക്കൾ. പകൽ മുഴുവൻ ഭിക്ഷാടനം നടത്തിക്കിട്ടിയ പിച്ചക്കാശുകൾ എണ്ണിപ്പെറുക്കി ഡബ്ബകളിലിട്ടു വയ്ക്കുന്ന കുട്ടികൾ. അവരുടെ ക്ഷീണിച്ച മുഖത്തെ ദൈന്യത വകവെക്കാതെ ആ സമ്പാദ്യങ്ങൾ തട്ടിപ്പറിക്കുന്ന അവരുടെ മുതലാളിമാർ.

കാലങ്ങൾ കഴിഞ്ഞിട്ടും മാറ്റമില്ലാതെ തുടരുന്ന തെരുവുജീവിതങ്ങൾ. കീറിപ്പറിഞ്ഞ തുണികൾകൊണ്ടു കെട്ടിയ തൊട്ടിലുകളിൽ മയങ്ങുന്ന തെരുവിന്റെ പുതിയ തലമുറ. എല്ലാം പഴയതുപോലെതന്നെ തുടരുന്നു..

നിലവിളികൾ, അധിക്ഷേപങ്ങൾ, തേങ്ങലുകൾ... രാധയുടെ മനസ്സ് വീണ്ടും മരവിച്ചു. അവൾ എങ്ങോട്ടൊക്കെയോ നടന്നു. ഒരോടക്കുഴൽവിളിക്കായി കാതോർത്തു. ഓരോ മുഖങ്ങളിലും അവളുടെ

കണ്ണുകൾ മുരുകനെ തേടി. വഴിയറിയാതെ നടന്നവഴികളിലൂടെ വീണ്ടും നടന്നു.

പെട്ടെന്ന് റോഡരുകിലെ ഉൾവഴിയിൽനിന്നും ആർത്തനാദത്തോടെ ഒരാൺകുട്ടി രാധയുടെ കാൽക്കലേക്ക് വന്നുവീണു. അവനുപിറകെ വന്യമായ ശബ്ദങ്ങളുയർത്തിക്കൊണ്ട് ഒരു പറ്റം നായ്ക്കളും. അവന്റെ കൈയിൽനിന്നും നിലത്തുവീണ ഭാണ്ഡത്തിൽനിന്നും എന്തൊക്കെയോ ചിതറിത്തെറിച്ചു. നായ്ക്കൾ അവനെ കടിച്ചുമുറിവേൽപ്പിച്ചിരുന്നു. ചോരവാർന്നൊലിക്കുന്ന അവന്റെ കൈകാലുകൾ കണ്ട് രാധയൊരു നിമിഷം സ്തബ്ധയായി. പെട്ടെന്നുതന്നെ ആത്മസംയമനം വീണ്ടെടുത്ത് അവനെ പൊക്കിയെടുത്ത് പുറകിലേക്കു മാറ്റിനിർത്തി. കടിച്ചുകീറാൻ വന്ന നായ്ക്കളുടെ ക്രൂരമായ കണ്ണുകളിലേക്ക് രാധ ധൈര്യപൂർവ്വം തറച്ചുനോക്കി. നായ്ക്കളുടെ വന്യമായ ശബ്ദങ്ങളടങ്ങി. അവ പതുക്കെ ഇരുട്ടിന്റെ മാളങ്ങളിലൊളിച്ചു.

നായ്ക്കൾ തിരികെപ്പോയതും പുറകിൽനിന്നും രാധയെ ആഞ്ഞുപിടിച്ചിരുന്ന കൈകൾക്ക് ശക്തികൂടി... അവളാ കൈകൾ പിടിച്ച് മുന്നിലേക്കു വലിച്ചു.... ജീവൻ തിരിച്ചുകിട്ടിയ ആശ്വാസത്തിൽ അവൻ വിതുമ്പുന്നുണ്ടായിരുന്നു. ഒരു വലിയ കരച്ചിൽ അവന്റെ നിശബ്ദമായ തേങ്ങലിൽ അമർന്നണയുന്നത് അവളറിഞ്ഞു....

എന്താ നിന്റെ പേര്....

"കബീർ..."

അവന്റെ കൈയ്യിൽ നിന്നും ചോരയൊഴുകുന്നുണ്ട്.....കണ്ണുകളും നിറഞ്ഞൊഴുകുന്നു. എന്നിട്ടും ആ വേദന കടിച്ചമർത്തി അവൻ പുഞ്ചിരിച്ചു....

"ഞാൻ രക്ഷപെട്ടു... അല്ലെങ്കിൽ ഇപ്പൊ ആ നായ്ക്കളെന്നെ കടിച്ചു പറച്ചേനെ...."

"കബീർ ഒറ്റക്കാണോ?

"ഒറ്റക്കല്ല... കൂട്ടുകാരുണ്ട്. നായ്ക്കൾ കടിക്കാൻ വന്നപ്പോ അവർ വേറെ ഏതോ വഴീക്കൂടെ ഓടി.... അവരൊക്കെ രക്ഷപ്പെട്ടു... ഞാൻ പെട്ടു." നിഷ്കളങ്കമായി അവൻ പറഞ്ഞു.

"നിങ്ങളാരാ?" അവൻ ചോദിച്ചു.

എന്തു പറയണമെന്നറിയാതെ രാധ അവന്റെ മുഖത്തേക്ക് നോക്കിനിന്നു. പരസ്പരം തിരയുന്നപോലെ അവരുടെ കണ്ണുകളുടക്കി.

രാധ അവനെ തന്നിലേക്ക് ചേർത്തുനിർത്തി.. അവന്റെ മുഖത്തേക്ക് വാത്സല്യത്തോടെ നോക്കിക്കൊണ്ടുപറഞ്ഞു.. "അമ്മ"

"അമ്മ?" അവൻ വിശ്വാസം വരാതെ രാധയുടെ മുഖത്തേക്ക് സൂക്ഷിച്ചുനോക്കി.

രാധ അവന്റെ പാറിപ്പറന്ന മുടിയിഴകളിലൂടെ വിരലോടിച്ചു. കൗതുകം നിറഞ്ഞ ആ മുഖം കൈയ്യിലെടുത്ത് അരുമയോടെ നെറ്റിയിൽ ചുംബിച്ചു.

ആ സമയം അതുവഴി വന്ന ഏതോ ഒരു കാർ അവർക്കുമുന്നിൽ സഡൻ ബ്രേക്കിട്ടുനിന്നു.

18

കണ്ണുകളടഞ്ഞു....

വാക്കുകൾ നിലച്ചു..

ചുറ്റും വീണ്ടും മൗനം കനത്തു.

കുറച്ചേറെ നേരം കഴിഞ്ഞിരിക്കണം.. നിശബ്ദത പെയ്തുതോർന്നിരിക്കുന്നു. കാനൽത്തുള്ളികൾപോലെ രണ്ടു മിഴിനീർത്തുള്ളികൾ ആനന്ദമ്മയുടെ കൈകളിലേക്കു വീണു.

കബീറിന്റെ മുഖം അപ്പോഴും ശാന്തമായിരുന്നു.

കണ്ണുകൾ മാത്രം നിറഞ്ഞു തുളുമ്പി...

ഒരു ശിലാശില്പം പോലെയിരുന്ന ഭദ്രയിൽനിന്നും പെട്ടെന്നൊരു തേങ്ങൽ പൊട്ടിയുതിർന്നു. രാത്രിയുടെ ശാന്തതയെ കീറിമുറിച്ച് അതൊരു വലിയ കരച്ചിലിലേക്ക് വഴിമാറുമ്പോഴേക്കും കബീർ ആനന്ദമ്മയുടെ കൈവിട്ട് ഭദ്രക്കരികിലേക്കോടിയെത്തി. നിർവചിക്കാനാവാത്ത വികാരത്തള്ളിച്ചയിൽ ഉറക്കെ കരഞ്ഞുതുടങ്ങിയ ഭദ്രയെ സമാധാനിപ്പിക്കാൻ കബീർ കുറച്ചേറെ പണിപ്പെട്ടു.

സങ്കടപ്പെരുമഴ തേങ്ങലുകളിലേക്ക് പിൻവാങ്ങിയപ്പോൾ ഭദ്ര പതുക്കെ എഴുന്നേറ്റ് ആനന്ദമ്മയുടെ അരികിലേക്കു വന്നിരുന്നു.

"ആനന്ദമ്മാ..... അപ്പൊ സീനു ശരിക്കും ആരാ? അവളിപ്പൊ എവിടെ?"

"ദാ... അമ്മയുടെ മുന്നിലിരുന്ന് വാവിട്ട് നിലവിളിക്കുന്നു....." ഒരു വലിയ ചിരിയോടെയാണ് കബീറത് പറഞ്ഞത്. എപ്പോഴെത്തെയും പോലെ എത്രപെട്ടെന്നാണ് കബീർ തന്റെ മനസ്സിന്റെ ദൃഢതയെ തിരികെപ്പിടിച്ചത്!

ഭദ്രയിൽ നിന്നും വീണ്ടുമൊരു പൊട്ടിക്കരച്ചിലിന്റെ മേഘവിസ്ഫോടനമാണ് പ്രതീക്ഷിച്ചത്. പക്ഷേ, ആനന്ദമ്മയെ മുറുകെ കെട്ടിപ്പിടിച്ച്... ആ മാറോടു ചേർന്ന്.. വീണ്ടുംവീണ്ടും കെട്ടിപ്പിടിച്ച്.... എന്നിട്ടും മതിയാവാതെ ഭ്രാന്തമായൊരു ആവേശത്തിൽ അമ്മയുടെ മുഖം മുഴുവൻ ഉമ്മവച്ച്.....പിന്നെയും കെട്ടിപ്പിടിച്ച് അവളിരുന്നു. ഏറെ നേരം...

തൊട്ടടുത്ത് ശാന്തമായിരുന്ന് കബീർ ഭദ്രയുടെ തലമുടിയിഴകളെ തഴുകി... കാലങ്ങളായി വിങ്ങിനിന്ന മഴമേഘങ്ങൾ മൂന്നു മനസ്സുകളിൽ പെയ്തമർന്നു... ചോദ്യങ്ങളുടെയും ഉത്തരങ്ങളുടെയും ജലപ്രവാഹം ഒഴുകിയൊഴുകി ദൂരെയെങ്ങോ ഒരു ജലബിന്ദുവായി മാഞ്ഞു....

“അമ്മയുടെ അടുത്ത് ഇപ്പോഴും ആ ചുവന്ന മോതിരമുണ്ടോ?” കബീർ ശാന്തമായി ചോദിച്ചു.

“ഇനിയെനിക്ക് താനേ എഴുന്നേൽക്കാൻ വയ്യ... ഒന്ന് കൈ പിടിക്കൂ...”

കബീറും ഭദ്രയും ആനന്ദമ്മയെ പിടിച്ചെഴുന്നേൽപ്പിച്ചു.

അലമാര തുറന്ന് അതിനുള്ളിലെ ലോക്കറിൽ വച്ചിരുന്ന പേപ്പറുകൾക്കും ഫയലുകൾക്കുമിടയിൽനിന്നും ആ സഞ്ചിയെടുത്തു.

അതേ സഞ്ചി.... ദശാബ്ദങ്ങൾക്കു മുൻപ് രാജസ്ഥാനിലെ മാർക്കറ്റിൽ നിന്നും ഡോക്ടർ വാങ്ങിച്ചുകൊടുത്ത അതേ സഞ്ചി... അതിനുള്ളിൽ നിന്നും ചെറിയൊരു പെട്ടി പുറത്തേക്കെടുത്ത് തുറന്നു.

ഭദ്ര അരുമയോടെ ആ മോതിരം പുറത്തെടുത്തു.... അവളുടെ കണ്ണുകൾ വിടർന്നു. ഭദ്രയുടെ മനസ്സിന്റെ ആഴങ്ങളിൽ നിന്നും ഒരു കൊച്ചുകുട്ടി മന്ത്രിച്ചു.....

“ഗുരാപ്പാ.....”

കബീർ ഭദ്രയെ വാത്സല്യത്തോടെ ചേർത്തുപിടിച്ചു.

19

കബീറിനരികിൽ നിശബ്ദയായി ഇരുന്നിരുന്ന ഭദ്രയുടെ മുഖം പെട്ടെന്ന് ആകുലമായപോലെ തോന്നി... എന്തോ അവളെ അലട്ടുന്നുണ്ടോ?

"ഭദ്രേ...."

ആ വിളിക്കായി കാത്തുനിന്നപോലെ അവൾ ആനന്ദമ്മയുടെ അരികിലേക്കോടി വന്നു...

"ആനന്ദമ്മാ.... എനിക്കൊരു സംശയം കൂടിയുണ്ട്.."

"എനിക്കും ഉണ്ട് ഒരു ചെറിയ സംശയം...ചോദിക്കട്ടെ?" ഭദ്രക്ക് പുറകെ കബീറും വന്നു.

മിഠായി വാങ്ങാൻ കാശിനായി തലയും ചൊറിഞ്ഞുനിൽക്കുന്ന സ്കൂൾകുട്ടികളെപ്പോലെ രണ്ടുപേരും കട്ടിലിന്റെ ഇരുവശത്തും നിൽപ്പുറപ്പിച്ചു.

"ചോദിക്കൂ... എല്ലാ കഥകളും കഥകൾക്കുള്ളിലെ കഥകളുമെല്ലാം ഈ രാത്രിയോടെ പറഞ്ഞുതീരട്ടെ..."

"ആനന്ദമ്മ സീനുവിനെ അവളുടെ മുത്തശ്ശിയെ ഏൽപ്പിച്ചു എന്നല്ലേ പറഞ്ഞത്.. പിന്നെങ്ങനെ സീനു വീണ്ടും ആനന്ദമ്മയുടെ അടുത്തെത്തി? "

"ആഹ്.. അത് പറയാൻ വിട്ടുപോയി...." ആനന്ദമ്മ ഓർമകളിൽ പരതി.

"സീനുവിനെ അവളുടെ മുത്തശ്ശിയെ ഏൽപ്പിച്ച ശേഷം ഗുരുവായൂർ സന്ദർശനവും കഴിഞ്ഞ് ജയ്പൂരിലേക്ക് തിരിച്ചുപോകാം എന്നാണ് വിചാരിച്ചിരുന്നത്. അപ്പോഴാണ് കബീറിനെ കാണുന്നതും പിന്നീടങ്ങോട്ട് ജീവിതംതന്നെ മാറിമറിയുന്നതും."

"കബീറും കബീറിന്റെ കൂട്ടുകാരുമായിരുന്നു ആനന്ദാലയത്തിലെ ആദ്യത്തെ മക്കൾ. ജോണിന്റെ രാഷ്ട്രീയ സ്വാധീനം വളരെ വലുതായിരുന്നു. അതുവച്ച് ആനന്ദാലയം പെട്ടെന്നുതന്നെ അതിന്റെ ദൈനംദിനപ്രവർത്തനങ്ങൾ തുടങ്ങി. നിയമപരമായ എല്ലാ കാര്യങ്ങളും ജോൺ വളരെ ഭംഗിയായി പൂർത്തിയാക്കി. എല്ലാവിധ സർക്കാർ ആനുകൂല്യങ്ങളും ആനന്ദാലയത്തിന് കിട്ടിത്തുടങ്ങി. പുതിയ അന്തേവാസികളായി കൂടുതൽ കുട്ടികൾ വന്നുതുടങ്ങി. ആരോരുമില്ലാത്തവരും, അനാശാസ്യപ്രവർത്തകരുടെ സംഘങ്ങളിൽ നിന്നും രക്ഷപ്പെട്ടവരും, തെരുവുകളിൽ ഭിക്ഷക്കാരായി മാറിയവരുമൊക്കെയായിരുന്നു അവർ."

"ആനന്ദാലയം തുടങ്ങിയതിനെക്കുറിച്ചുള്ള എല്ലാ കാര്യങ്ങളും സിസ്റ്റർ സെലിനെ അറിയിച്ചിരുന്നുവെങ്കിലും ഒഫീഷ്യൽ ആയി ആശ്രയയിൽ നിന്നും ജോലി രാജിവച്ചിരുന്നില്ല. അങ്ങനെ ഞാനും ജോണും കുറച്ചുദിവസത്തേക്ക് ജയ്പൂരിലേക്കും പോയി." അതുപറയുമ്പോൾ ആനന്ദമ്മയുടെ കണ്ണുകളിൽ ഒരു പ്രത്യേക തിളക്കമുണ്ടായിരുന്നു.

"ജീവിതത്തിലെ ഏറ്റവും മനോഹരങ്ങളായ ദിവസങ്ങളായിരുന്നു അത്. തിരിച്ചുവരുന്നതിനു മുൻപ് വലിയൊരു സെൻഡ് ഓഫ് പാർട്ടിയും സിസ്റ്റർ സെലിൻ ഒരുക്കിയിരുന്നു."

"ജോണങ്കിളിന്റെ കൂടെയുണ്ടായിരുന്ന കാലത്തെക്കുറിച്ചു പറയുമ്പോൾ അമ്മയുടെ മുഖത്ത് പ്രത്യേകമായൊരു സന്തോഷമുണ്ട്..." കബീർ ഒരു ചെറുചിരിയോടെ പറഞ്ഞു.

"നീ വിഷയം മാറ്റിയാൽ ഞാൻ പറഞ്ഞുവന്നത് പിന്നെയും മറന്നുപോകും. അവസാനം കഥയുടെ തോണി കായലിലും ഞാനീ കട്ടിലിലും കിടക്കും." ആനന്ദമ്മയുടെ മനസ്സിൽ മുഴുവൻ ജോൺ ജോസഫ് ആണെന്ന് ആ മുഖത്ത് വ്യക്തമായിരുന്നു.

“ഇല്ലില്ല.. അമ്മ പറയൂ.. ”കബീർ കണ്ണിറുക്കി ആനന്ദമ്മയുടെ അടുത്തേക്ക് ചേർന്നിരുന്നു.

“തിരക്കുപിടിച്ച ആ ദിവസങ്ങളിലും സീനുവിനെക്കുറിച്ചുള്ള ഓർമകൾ എന്നെ പിന്തുടർന്നു. അവളെ കാണാതിരിക്കാൻ എനിക്കാവില്ലായിരുന്നു. ഒരു ദിവസം ഞാനും ജോണും സീനുവിനെ കാണാൻ പോയി. സീനുവിന് ഉടുപ്പുകളും കളിപ്പാട്ടങ്ങളുമെല്ലാമായാണ് പോയത്. പ്രതീക്ഷിക്കാതെ എന്നെ കണ്ടപ്പോഴുള്ള സീനുവിന്റെ സന്തോഷവും തുള്ളിച്ചാട്ടവുമൊക്കെ ഇന്നും കണ്ണിന്റെ മുന്നിലുണ്ട്.” ആനന്ദമ്മയുടെ മുഖത്ത് വാത്സല്യം തിരയിളകി.

“പക്ഷേ, ആ വീട്ടിൽ ഞാൻ കണ്ട കാഴ്ച്ച ഏറെ സങ്കടകരമായിരുന്നു. മുത്തശ്ശി അസുഖബാധിതയായി തീരെവയ്യാതെ കിടക്കുന്നു.. എപ്പോൾവേണമെങ്കിലും മരണപ്പെടാം എന്ന അവസ്ഥ. ചുറ്റുമുള്ള നല്ലവരായ അയൽക്കാരും അടുത്ത ബന്ധുക്കളും അവരെ പരിചരിക്കുന്നുണ്ട്. സീനുവിന്റെ കാര്യങ്ങളും അവർ മുടക്കമില്ലാതെ നോക്കുന്നുണ്ട്. എങ്കിലും, മുത്തശ്ശിയുടെ കാലശേഷം സീനുവിനെ ആരേറ്റെടുക്കും എന്നതൊരു വലിയ ചോദ്യചിഹ്നമായിരുന്നു. ഒരു കുഞ്ഞിനെ ഏറ്റെടുത്ത് വളർത്താൻ മാത്രം പ്രാപ്തിയുള്ള ആരുമില്ലായിരുന്നു അവിടെ. ”

“എന്നിട്ട്?” ആകാംഷ നിറഞ്ഞ മുഖത്തോടെ ഭദ്ര ഉത്തരത്തിനായി ആനന്ദമ്മയുടെ മുഖത്തേക്ക് കണ്ണും നട്ടിരുന്നു. എന്നാൽ ഉത്തരം വന്നത് കബീറിൽ നിന്നാണ്.

“എന്നിട്ടെന്താ.... പിന്നെ അമ്മ കൂടുതലൊന്നും ആലോചിച്ചില്ല. ആ മുത്തശ്ശിയുടെ അനുവാദം വാങ്ങി നിന്നെ ഇങ്ങോട്ടു കൊണ്ടുപോന്നു... അതല്ലേ അമ്മാ ഉണ്ടായത്?”

“അത്രേയുള്ളു... അല്ലാതെ മറ്റെന്ത് ചെയ്യാൻ? എന്റെ കൈയ്യിൽ നീ സുരക്ഷിതയായിരിക്കും എന്ന് അവർക്കത്രയും ഉറപ്പുണ്ടായിരുന്നു.”

"അപ്പൊ ശ്രീഭദ്ര എന്ന പേര് എനിക്കിട്ടതും ആനന്ദമ്മയാണോ?" ഭദ്രയുടെ കണ്ണുകൾ നിറഞ്ഞു.

"അല്ല... മുത്തശ്ശിയിൽ നിന്നും കിട്ടിയ ബർത്ത് സർട്ടിഫിക്കറ്റിൽ നിന്നാണ് എല്ലാരും സീനു എന്ന് വിളിച്ചിരുന്ന നിന്റെ ശരിയായ പേര് ശ്രീഭദ്ര എന്നാണെന്ന് മനസ്സിലായത്."

"അപ്പൊ ആനന്ദമ്മയുടെ പേരോ? രാധ എന്നായിരുന്നില്ലേ എല്ലാവരും വിളിച്ചിരുന്നത്?"

"ഏത് നാട്ടിൽ ജനിച്ചെന്നോ, ആർക്ക് ജനിച്ചെന്നോ ഒന്നും അറിയാത്ത എനിക്കുവേണ്ടി ആശ്രയയിൽ നിയമപ്രകാരമുള്ള കടലാസുകൾ തയ്യാറാക്കപ്പെട്ടപ്പോൾ 'ആനന്ദി ദേവി' എന്ന പേരാണ് സിസ്റ്റർ സെലിൻ എനിക്കായി കണ്ടുപിടിച്ചത്. എങ്കിലും, അവിടെ എനിക്ക് പ്രിയപ്പെട്ടവരെല്ലാം എന്നെ രാധ എന്നുതന്നെ വിളിച്ചു."

വീണ്ടുമൊരു മൗനത്തിലേക്ക് മൂവരും വഴുതിവീഴുംമുന്നെ കബീർ അടുത്ത ചോദ്യവുമായി വന്നു... "അപ്പൊ അമ്മ ജോൺ അങ്കിളിനെ പരിചയപ്പെട്ടത് എവിടെവച്ചാണ്? നിങ്ങൾ സുഹൃത്തുക്കളായിരുന്നോ?"

നിശബ്ദതയുടെ വലിയൊരു തിരശ്ശീല അവർക്കിടയിൽ വന്നുവീണത് ആ നിമിഷത്തിലാണ്.

കബീറിന്റെ ചോദ്യത്തിനുമുന്നിൽ ആനന്ദമ്മയുടെ കണ്ണുകളടഞ്ഞു, വാക്കുകൾ വഴിമുട്ടി.

ഉത്തരമില്ലാത്തൊരു ചോദ്യമായിരുന്നില്ല അത്...

പക്ഷേ, പ്രപഞ്ചശക്തി നിഴലിക്കുന്ന ചില നിമിഷങ്ങളുടെ നിഗൂഢതയെ വാക്കുകളിലേക്ക് ആവാഹിക്കുക ഒട്ടുംതന്നെ എളുപ്പമല്ല. അത്രയും അവിചാരിതമായിരുന്നു ആ കണ്ടുമുട്ടൽ.

നിമിഷങ്ങൾ ചിറകുനീർത്തി ഓർമകളിലേക്ക് പറന്നുയർന്നു. രാത്രി വിരിഞ്ഞ പൂക്കളുടെ മണം അവിടെയെങ്ങും നിറഞ്ഞു.

ഒടുവിൽ കബീർ ശാന്തമായി ചോദിച്ചു: "അമ്മാ.... അമ്മക്ക് പറയാൻ ബുദ്ധിമുട്ടാണെങ്കിൽ വേണ്ട... ഞാൻ ചോദിച്ചു എന്നെ ഉള്ളൂ... " ആ ചോദ്യം ചോദിക്കേണ്ടിയിരുന്നില്ല എന്ന് കബീറിന് തോന്നി എന്നുതോന്നുന്നു.

"എന്റെ മക്കൾക്ക് എന്നോട് എന്തുവേണമെങ്കിലും ചോദിക്കാലോ..." ആനന്ദമ്മ കബീറിന്റെ കൈകൾ മടിയിലേക്കെടുത്തുവച്ച് സ്നേഹത്തോടെ തലോടി.

"നായ്ക്കൾ കടിച്ചുമുറിച്ച കൈകാലുകളുമായി ചോരയിറ്റി നിൽക്കുന്ന നിന്നെ ആ രാത്രിയിലെങ്ങനെ ആശുപത്രിയിലെത്തിക്കും എന്ന് ചിന്തിച്ചു നിൽക്കുമ്പോൾ ആ വഴി വന്ന ആരോ ഒരാൾ നമുക്കുമുന്നിൽ വണ്ടി നിർത്തി. നമ്മളെ രണ്ടുപേരെയും അയാൾ കാറിൽ കയറ്റി തൊട്ടടുത്തുള്ള ചെറിയൊരു ആശുപത്രിയിൽ ഇറക്കിവിട്ടു. ആ ആൾ ആരെന്ന് എനിക്കറിയില്ല. പിന്നീടയാളെ കണ്ടിട്ടുമില്ല. കാര്യമായ സൗകര്യങ്ങളൊന്നും ഇല്ലാത്തൊരു ചെറിയ ആശുപത്രിയായിരുന്നു അത്. "

"അതെ അമ്മാ.. അതെനിക്കോർമയുണ്ട്" കബീറിന്റെ മനസ്സിലും ആ രാത്രിയുടെ ഭീകരത നിറഞ്ഞു.

"ആ രാത്രി..... നീ വേദന കൊണ്ട് പിടയുന്ന ആ രാത്രിയാണ് ഞാൻ ജോണിനെ ആദ്യമായി കാണുന്നത്. 'ഞാൻ കണ്ടു' എന്ന് പറയാൻ പറ്റില്ല... നമ്മൾ രണ്ടുപേരും ഒരുമിച്ചാണ് കണ്ടത്. ഏകദേശം അർദ്ധരാത്രി ആയിട്ടുണ്ടാവണം... നല്ല മഴയും പെയ്തുതുടങ്ങിയിരുന്നു. ആ സമയം വലിയൊരു ഇടിവെട്ടിയതും കറണ്ട് പോയതും ഒരുമിച്ചാണ്. ഫാനുകളും മറ്റ് ഉപകരണങ്ങളും നിലച്ചു. ജനറൽ വാർഡിലെ ആ നിശബ്ദതയിൽ നിന്റെ കരച്ചിൽ മാത്രം ഉയർന്നു കേട്ടു."

"സാരമില്ല മോനെ... കരയാതെ...." ഇരുട്ടിൽ നിന്നും ആരോ ഒരാൾ ടോർച്ചുമായി വന്നു. മഴ നനഞ്ഞൊട്ടിയ ഷർട്ടും മുണ്ടും... തലമുടിയിൽ നിന്നും വെള്ളം ഇറ്റിവീഴുന്നു. നീണ്ടുമെലിഞ്ഞ രൂപം.

"കൊച്ചിന് എന്നാ പറ്റിയതാ?" ഘനഗാംഭീര്യമാർന്ന ആ ചോദ്യത്തിനു മുന്നിൽ ഞാൻ പെട്ടെന്നൊന്ന് പകച്ചു.

"പട്ടി കടിച്ചതാ സാറേ....ഇൻജെക്ഷൻ കൊടുത്തിട്ടുണ്ട്" ഒരു നേഴ്സ് ഓടിവന്നു പറഞ്ഞു.

"സാറെന്താ ഇവിടെ?" നേഴ്സിന്റെ ബഹുമാനത്തോടെയുള്ള ചോദ്യം കേട്ടപ്പോൾ അയാൾ സ്ഥലത്തെ പ്രമുഖനാണെന്ന് തോന്നി.

"ഓ.. എന്നാ പറയാനാ... അയൽവക്കകാരന് പെട്ടെന്നൊരു നെഞ്ചുവേദന. അങ്ങേരെ അഡ്മിറ്റ് ചെയ്ത് ഈ വാർഡിന് മുന്നീക്കൂടെ പോകുമ്പോഴാ ഈ കൊച്ചിന്റെ കരച്ചിൽ കേട്ടത്. ഒന്നു നോക്കിയേച്ചും പോവാമെന്നു കരുതി."

"ആണല്ലേ.... സാറിരുന്നാട്ടെ..." നേഴ്സ് ഒരു കസേര വലിച്ചിട്ടുകൊടുത്ത് പെട്ടെന്ന് പുറത്തേക്ക് പോയി.

അവരുടെ സംസാരം മുഴുവനായും മനസ്സിലാകാതെ പകച്ചിരിക്കുന്ന എന്റെ അരികിലേക്ക് കസേര നീക്കിയിട്ടിരുന്ന് അയാൾ ചോദിച്ചു:

"നിങ്ങളെവിടുന്നാ? കണ്ടിട്ട് ഈ നാട്ടുകാരല്ലെന്ന് തോന്നുന്നല്ലോ.. കൂടെയാരുമില്ലേ"

"ഞാൻ രാജസ്ഥാനിൽ നിന്ന്..."

"നിങ്ങളുടെ മകനാണോ ഇത്?" കബീറിന്റെ മട്ടും ഭാവവും കണ്ട് ഒട്ടും വിശ്വാസം വരാതെ അയാൾ ചോദിച്ചു.

"അല്ല..."

"പിന്നെയിതാരാ...."

ആ ചോദ്യത്തിന് ഞാൻ മറുപടിയൊന്നും പറഞ്ഞില്ല. പക്ഷെ പറയാതെതന്നെ എല്ലാം ഊഹിച്ചെടുത്ത പോലെ അയാൾ പറഞ്ഞു:

“ഇത് ചെറിയൊരു ആശുപത്രിയാണ്. സൗകര്യങ്ങളും കുറവാ.. നാളെ രാവിലെ നമുക്ക് സർക്കാറാശുപത്രീലോട്ട് പോവാം.”

ആ സമയം മടിച്ചുമടിച്ചാണെങ്കിലും ഞാൻ ചോദിച്ചു: “നിങ്ങളാരാ?”

“എന്റെ പേര് ജോൺ ജോസഫ്. സ്വന്തം സ്ഥലം അങ്ങ് പാലായിലാ... അപ്പനിവടായിരുന്നു ജോലി. അങ്ങനെ ഞാൻ ഇവിടത്തുകാരനായി. അത്യാവശ്യം നാട്ടുകാര്യങ്ങളൊക്കെയായി നടക്കുന്നു.” അയാൾ പറഞ്ഞുനിർത്തി.

‘പാലാ’ എവിടെയാണെന്നോ, അയാൾ വാഗ്ദാനം ചെയ്ത സഹായത്തിന് തിരിച്ചെന്തു പറയണമെന്നോ എന്നൊന്നും അറിയാതെ ഞാൻ വേദനിച്ചുഞരങ്ങുന്ന നിന്റെ കൈ തടവിക്കൊണ്ടിരുന്നു...

ജോൺ ജോസഫ് സ്ഥലത്തെ പ്രധാനിയാണെന്ന് പിന്നീടങ്ങോട്ട് കൂടുതൽ മനസ്സിലായി. അതുവരെ തിരിഞ്ഞുനോക്കാതിരുന്ന ഡോക്ടർ ഓടിവന്നു.. കൂടെ നേഴ്സും. ഡോക്ടർ നിനക്ക് വേദന കുറയാനുള്ള മരുന്നുകൾ കൊടുത്തു. നമ്മൾ രണ്ടുപേരും ആരാണെന്ന് ഡോക്ടർ സംശയത്തോടെ ജോണിനോട് ചോദിച്ചു...

“എനിക്ക് വേണ്ടപ്പെട്ടവരാണ്..” ആ മറുപടി കേട്ട് ഡോക്ടർ ചെറുതായൊന്ന് ഞെട്ടിയപോലെ തോന്നി. ഡോക്ടർ മാത്രമല്ല, ഞാനും.

എന്തിനായിരുന്നു ജോൺ അങ്ങനെ പറഞ്ഞത്? പിന്നീടൊരുപാട് വട്ടം ഞാൻ ആ ചോദ്യം ജോണിനോട് ചോദിച്ചിട്ടുണ്ട്. മുഖത്തേക്ക് സൂക്ഷിച്ചുനോക്കിയൊരു ചിരിയായിരുന്നു എന്നും അതിനുള്ള മറുപടി.

അന്ന് അർദ്ധരാത്രിക്കുശേഷം വേദനാസംഹാരിയുടെ ശക്തിയിൽ നീ സുഖമായുറങ്ങി. ജോൺ രാത്രി മുഴുവൻ നമുക്ക് കാവലിരുന്നു. എല്ലാവരും ഉറക്കത്തിലാണ്ടു.. അപ്പോഴും പുറത്തു മഴ

ചാറുന്നുണ്ടായിരുന്നു. മരുന്നുകളുടെ മണം നിറഞ്ഞ ആ ഹാളിന്റെ കോണിൽ നീ കിടക്കുന്ന കട്ടിലിന്റെ തലപ്പത്ത് ഞാനിരുന്നു. തൊട്ടടുത്ത് പൊട്ടിയ കസേരയിൽ ജോൺ ജോസഫും. ജോൺ ഒരുപാട് കാര്യങ്ങൾ എന്നോട് ചോദിച്ചു... പുറത്തെ മഴയുടെ താളത്തിൽ ഞാൻ എല്ലാറ്റിനും ഉത്തരങ്ങൾ കൊടുത്തു. ഞാൻ പറയുന്ന കാര്യങ്ങളിൽ ജോണിന് സംശയങ്ങൾ ഒന്നുമില്ലായിരുന്നു. പറഞ്ഞതെല്ലാം ആ ഹൃദയം കരുണയോടെ ഉൾക്കൊണ്ടു. ഇരുകൈകളും വിടർത്തിനിൽക്കുന്ന ജീസസിന്റെ കരുണാർദ്രമായ മുഖം അന്ന് ഞാൻ നേരിൽ കണ്ടു.

പുറത്ത് മഴ തോർന്നപ്പോഴേക്കും മാനം ചുവന്നിരുന്നു. ഞാനും മയങ്ങിപ്പോയിരുന്നു. തൊട്ടടുത്ത ബെഡിലെ രോഗിയുടെ ഞരക്കം കേട്ടിട്ടാവാം ബെഡിൽ കബീറിന്റെ സൈഡിൽ കിടക്കുകയായിരുന്ന ഞാൻ പെട്ടെന്ന് ഞെട്ടിയുണർന്നു. ആരോ എന്നെ ഒരു ഷീറ്റുകൊണ്ട് പുതപ്പിച്ചിരിക്കുന്നു. ജോൺ തന്നെയായിരിക്കണം. തൊട്ടടുത്ത കസേരയിൽ ജോൺ ഇരുന്നുറങ്ങുന്നു. ഞാൻ മെല്ലെ തട്ടിവിളിച്ചപ്പോൾ ചാടിയെഴുന്നേറ്റു. കട്ടിലിൽ നിന്റെയടുത്ത് കിടന്നോളാൻ പറയാൻ വേണ്ടിയാണ് ഞാൻ ജോണിനെ ഉണർത്തിയത്. പക്ഷേ, പിന്നെ ജോൺ ഉറങ്ങിയില്ല... വീട്ടിൽ പോയി കുളിച്ചിട്ടു വരാമെന്നും പറഞ്ഞ് പോയി. കുറച്ചു കഴിഞ്ഞ് തിരികെ വന്നത് നിനക്ക് രണ്ട് ജോഡി ഉടുപ്പും വാങ്ങിക്കൊണ്ടാണ്."

"പിന്നീടങ്ങോട്ടുള്ളതെല്ലാം എനിക്കറിയാം അമ്മാ.... ഞാൻ ഉണർന്നെഴുന്നേറ്റപ്പോൾ ജോണങ്കിൾ എനിക്കരികിലിരിക്കുന്നുണ്ടായിരുന്നു. അങ്കിൾ എന്നെ പിടിച്ചെഴുന്നേൽപ്പിച്ച് പുതിയ ഷർട്ടും ട്രൗസറും ഇടീപ്പിച്ചു.. ആ നിമിഷം മുതൽ മരിക്കുന്ന ദിവസം വരെ എന്റെ എല്ലാ കാര്യത്തിനും ജോണങ്കിൾ കൂടെനിന്നു. പക്ഷെ എനിക്കെന്നല്ല.. ആർക്കും അറിയില്ലായിരുന്നു നിങ്ങൾ രണ്ടുപേരും അന്നാണ് ആദ്യമായി കണ്ടതും പരിചയപ്പെട്ടതുമെന്ന്."

"അറിയാമായിരുന്നു ചിലർക്കൊക്കെ..." ആനന്ദമ്മയുടെ വാക്കുകളിൽ നഷ്ടബോധം നിറഞ്ഞു.

വയസ്സ് നാല്പത്തഞ്ച് ആയിട്ടും ജോൺ വിവാഹം കഴിച്ചിരുന്നില്ല. രാഷ്ട്രീയത്തിലെ ജീവന്മരണപോരാട്ടങ്ങളുടെ മുൻപന്തിയിൽ നിന്നിരുന്ന ജോണിന് ഒരു പെൺകുട്ടിയെ ജീവിതത്തിലേക്ക് കൈപിടിച്ചുകൊണ്ടുവരാൻ സത്യത്തിൽ ഭയമായിരുന്നു. എങ്കിലും ജോൺ എന്നെയിഷ്ടപ്പെട്ടു. ഞാൻ ജോണിനെയും. ജീവിതത്തിന്റെ പരുക്കൻ യാഥാർഥ്യങ്ങളിലൂടെ കടന്നുവന്ന രണ്ടുപേർക്ക് പരസ്പരം മനസ്സിലാക്കാൻ യാതൊരു ബുദ്ധിമുട്ടും ഇല്ലായിരുന്നു.'' ആനന്ദമ്മയുടെ കണ്ണുകൾ ഈറനണിഞ്ഞു.

“പള്ളിയിൽ വച്ചൊരു മിന്നുകെട്ട് ജോണിന്റെ സ്വപ്നമായിരുന്നു. പക്ഷേ, അതൊന്നും നടന്നില്ല. ആനന്ദാലയം വലിയ നിലയിൽത്തന്നെ സ്ഥാപിച്ചെടുത്തപ്പോഴേക്കും ജോൺ നാട്ടിൽ ജനസമ്മതനായൊരു നേതാവായിക്കഴിഞ്ഞിരുന്നു. തിരക്കൊഴിഞ്ഞ് മിന്നുകെട്ടാനെവിടെ സമയം? തിരക്കൊഴിയും മുന്നെ ദൈവം ജോണിനെ തിരികെ വിളിക്കുകയും ചെയ്തു. ഇത്രയും വലിയൊരു സ്ഥാപനവും അതിൽനിറയെ മക്കളെയും തന്ന് ജോൺ ജോസഫ് പോയി. അദ്ദേഹം എനിക്കു തന്നിട്ടുപോയ ശൂന്യത ഇന്നും അതേ ആഴത്തിൽ ഇരുട്ടുമൂടിക്കിടക്കുന്നു. നികത്താനാവാത്ത ആ വേദനയുടെ വിങ്ങൽ തന്നെയാണ് ഇതൊക്കെ നടത്തിക്കൊണ്ടുപോകാനുള്ള എന്റെ ശക്തിയും മെഴുതിരിവെട്ടവും.''

ആനന്ദമ്മയുടെ മുഖത്തെ ദുഃഖത്തിന്റെ നിഴൽവീണ നിശ്ചയദാർഢ്യം കബീർ ശ്രദ്ധിച്ചു.

“അമ്മയുടെ മനസ്സ് ഇത്രയും വേദനിക്കുന്നത് എനിക്ക് താങ്ങാനാകുന്നില്ല.'' ഭദ്ര കുറച്ചുകൂടെ ചേർന്നിരുന്നു.

കഥ ബാക്കിവച്ച മൗനം എത്രനേരമവിടെ തങ്ങിക്കിടന്നെന്നറിയില്ല.. ആനന്ദമ്മ മയങ്ങിപ്പോയിരുന്നു. മയക്കത്തിൽ നിന്നുണർന്നപ്പോഴും കബീറും ഭദ്രയും അരികിൽത്തന്നെയുണ്ട്; ഭൂതകാലത്തിന്റെ നൂൽവലകൾക്കുള്ളിൽ അവർ നിശബ്ദരായിപ്പോയിരുന്നു.

അവ്യക്തമായി ആനന്ദമ്മയെന്തൊക്കെയോ പറഞ്ഞു: "രാത്രിയേറെ വൈകി.... കബീറേ.. നീ ഇനി വീട്ടിലേക്ക് പോവണ്ട.. ഇവിടെ കിടന്നോളൂ. ഞാനീ കഥകളുടെയൊക്കെ ഭാരംപേറി നടക്കാൻ തുടങ്ങിയിട്ട് വർഷങ്ങളൊരുപാടായി... ആ ഭാരങ്ങളെല്ലാം ഇതാ ഒഴിഞ്ഞിരിക്കുന്നു. ഇനി സമാധാനമായി ഒന്നുറങ്ങട്ടെ..."

"അമ്മ ഉറങ്ങിക്കോളൂ..." നെറ്റിയിൽ കബീറിന്റെ സ്നേഹമസൃണമായൊരു ചുംബനമിറ്റി വീണു... കാലിൽ ഭദ്രയുടെ ശാന്തമായ തഴുകലിന്റെ സുഖവും...

പുലരാനിനി അധികനേരമില്ല.

20

ഇളംകാറ്റിന്റെ വിരൽത്തുമ്പുപിടിച്ച് പ്രഭാതകിരണങ്ങൾ മുറ്റത്ത് പിച്ചവെക്കുന്നു.

വരാന്തയിലെ ചാരുകസേരയിൽ മാനം നോക്കിക്കിടക്കാൻ തുടങ്ങിയിട്ട് നേരമേറെയായി. രാത്രി ഉറങ്ങാൻ വൈകിയെങ്കിലും രാവിലെ നേരത്തെ ഉണരുന്ന പതിവ് തെറ്റിയില്ല. എഴുന്നേറ്റപ്പോൾ തൊട്ടടുത്ത് ഭദ്ര നല്ല ഉറക്കത്തിലാണ്. പാവം, പുലരുവോളം അവൾ ഉറക്കം വരാതെ തിരിഞ്ഞും മറിഞ്ഞും കിടക്കുന്നത് ഞാനറിയുന്നുണ്ടായിരുന്നു. ഒരുപക്ഷേ കബീറും ഉറങ്ങിക്കാണില്ല. പറഞ്ഞതൊന്നും കെട്ടുകഥകളല്ലല്ലോ……

ഓർമകളുടെ ഒരായിരം ഏടുകളിൽ മങ്ങിയും തെളിഞ്ഞും മഷി പടർന്നും നീണ്ടുപരന്നു കിടന്ന ഒരായുസ്സിന്റെ കഥ.

എന്റെ കഥ..

ആ കഥക്കുള്ളിലെ അവരുടെ കഥ.

ഓർമകളെ... ഇനിയും നിങ്ങളെ തടഞ്ഞുവെക്കാനെനിക്ക് ശക്തിയില്ല.. പൊയ്ക്കൊള്ളുക...

എന്റെ മനസ്സിന്റെ തടങ്കലിൽ നിന്നും രക്ഷപ്പെട്ടുകൊൾക.

കിളിയൊഴിഞ്ഞ കിളിക്കൂടിനുള്ളിൽ ഇനി ശ്മശാനമൂകത നിറയട്ടെ..

കാത്തിരിക്കുകയാണു ഞാൻ........ സാർത്ഥകമായൊരീ യാത്രക്ക് കൂട്ടായ സമയരഥത്തിന്റെ അവസാന കുളമ്പൊച്ചയും നിലക്കുന്ന നിമിഷത്തിനായി... ഹൃദയത്തുടിപ്പൊടുങ്ങുന്ന പവിത്രവും പുണ്യവുമായ നിശ്ചലതക്കായി...

നിമിഷങ്ങൾക്ക് ദൈർഘ്യം കൂടിക്കൂടി വന്നു...

മുറ്റത്തുനിന്നും കുളിർക്കാറ്റ് മെല്ലെ വരാന്തയിലേക്കു കയറിവന്ന് കാൽവിരൽ തൊട്ടു.. പതുക്കെ മേലേക്കരിച്ചുകയറി. ഒരു കൊച്ചുകുട്ടിയെന്നപോലെ മടിയിലിരുന്നു. കാറ്റിന്റെ കുളിരാർന്ന കുഞ്ഞിളംകൈകൾ സ്നേഹത്തോടെ ആനന്ദമ്മയുടെ മാറിലമർന്നു. ആ സ്നേഹസ്പർശത്തിന്റെ നനുത്തവേദനയിൽ ഹൃദയമൊന്നുപിടഞ്ഞു. ശരീരം പതിയെ വിറച്ചു.. നിലാവിനെ മറച്ച കാർമേഘമായി ആ കണ്ണുകളിൽ ഇരുട്ടുപടർന്നു. ഇരുളിന്റെ കനത്ത കമ്പളത്തിനടിയിലൊരു മെഴുകുതിരിയണഞ്ഞു... അമ്പലപ്രാവുകൾ കുറുകി. ഉയർന്നുപൊങ്ങുന്ന പുകച്ചുരുളുകൾക്കായി ദൂരെയൊരു ശ്രീകോവിലിന്റെ വാതിലുകൾ താനേതുറന്നു.. ആയിരം ദീപങ്ങൾ കൈകൾ നീട്ടിയാ പുകച്ചുരുളിനെ അകത്തേക്കാനയിച്ചു.

“അമ്മാ... അമ്മാ....”

ഏതോ ഒരുൾവിളിയിൽ ഞെട്ടിയുണർന്ന് വരാന്തയിലേക്കോടിവന്ന കബീർ ആനന്ദമ്മയെ എഴുന്നേൽപ്പിക്കാൻ ശ്രമിച്ചു. ചില്ലയിൽ നിന്നടർന്നൊരു പൂവായി ആ ശരീരം തിരികെ ചാരുകസേരയിലേക്കു കൊഴിഞ്ഞുവീണു. സൂര്യനസ്തമിച്ചിട്ടും വിടവാങ്ങാതെ മണ്ണിൽ പിടയുന്ന സൂര്യാംശുവിന്റെ അവസാനത്തെ തിളക്കംപോലെ ആ കണ്ണുകളിലൊരു പ്രകാശം മിന്നിമറഞ്ഞു. ഹൃദയമിടിപ്പുകൾ നിലച്ചിരിക്കുന്നു. ശരീരത്തിനെ തണുപ്പ് മൂടിയിരിക്കുന്നു.

“അമ്മാ....” കബീറിന്റെ വിറയാർന്ന വിരലുകൾ ആ കണ്ണുകളെ മൂടി. കബീറിന്റെ നിറഞ്ഞൊഴുകുന്ന കണ്ണുനീർതുള്ളികൾ ആ മുഖത്തെ തണുപ്പിലേക്കിറ്റിവീണ് മുടിയിഴകളിലൂടെ താഴേക്കുവീണു.

“ആനന്ദമ്മാ....” ഹൃദയത്തിന്റെ ആഴങ്ങളിൽ നിന്നുള്ള ഭദ്രയുടെ തേങ്ങൽ അലകളായി ചുറ്റും പ്രതിധ്വനിച്ചു.

കബീർ ഭദ്രയെ ചേർത്തുപിടിച്ചു.

അന്തരീക്ഷത്തിൽ ഘനീഭവിച്ചു നിന്നൊരു ചിറകടിയൊച്ച അവരെ മൃദുവായിത്തഴുകി.... തഴുകിത്തഴുകിയദൃശ്യമായി.

ദിവസങ്ങൾ കഴിഞ്ഞു....

ആനന്ദമ്മ പറഞ്ഞ 'പേരില്ലാക്കഥകൾ' കബീറിന്റെ മനസ്സിൽ മഴമേഘങ്ങളായി ഘനീഭവിച്ചു നിന്നു.

ഒടുവിലൊരുനാൾ ആ മേഘജാലം കടലാസ്സിലേക്കു പെയ്തിറങ്ങി.

"കഥ പെയ്ത രാത്രി'

ഓർമകളുടെ അക്ഷരകുടീരം.

www.ingramcontent.com/pod-product-compliance
Lightning Source LLC
LaVergne TN
LVHW061617070526
838199LV00078B/7316
9789367072134